Heilsubók 2023

Fæða gegn bólgu - Uppbyggja líkamann með næringu

Helga Jónsdóttir

Innihald

Bakaðar lime rækjur með kúrbít og maísskammti: 4 15
Hráefni: 15
Leiðbeiningar: 16
Blómkálssúpuskammtar: 10 17
Hráefni: 17
Leiðbeiningar: 17
Sætar kartöflur, svartbaunir hamborgaraskammtar: 6 19
Hráefni: 19
Leiðbeiningar: 20
Kókossveppasúpuskammtar: 3 22
Hráefni: 22
Leiðbeiningar: 22
Ávaxtasalatskammtar í vetrarstíl: 6 24
Hráefni: 24
Leiðbeiningar: 24
Hunangssteikt kjúklingalæri með gulrótum Skammtar: 4 26
Hráefni: 26
Leiðbeiningar: 26
Kalkúnn chili skammtar: 8 28
Hráefni: 28
Leiðbeiningar: 29
Krydd linsubaunasúpa Skammtar: 5 30
Hráefni: 30
Leiðbeiningar: 30

Skammtar af kjúklingi og grænmeti með hvítlauk: 4 32

Hráefni: 32

Leiðbeiningar: 33

Skammtar af reyktu laxasalati: 4 34

Hráefni: 34

Leiðbeiningar: 35

Shawarma salatskammtar af bauna: 2 35

Hráefni: 36

Leiðbeiningar: 37

Ananas steiktir hrísgrjónaskammtar: 4 38

Hráefni: 38

Leiðbeiningar: 39

Linsubaunasúpuskammtar: 2 40

Hráefni: 40

Leiðbeiningar: 41

Skammtar af ljúffengu túnfisksalati: 2 42

Hráefni: 42

Leiðbeiningar: 42

Egg aioli skammtar: 12 44

Hráefni: 44

Leiðbeiningar: 44

Spaghetti Pasta með sveppa- og jurtasósu Innihald: 46

Leiðbeiningar: 46

Brún hrísgrjón og miso shitake súpa með grænum lauk 49

Hráefni: 49

Grillaður sjóurriði með hvítlauk og steinseljuvínaigrette 51

Hráefni: 51

Leiðbeiningar: 51

Blómkáls- og kjúklingabaunakarríhúðaðar innihaldsefni: 53

Leiðbeiningar: 54

Skammtar af bókhveiti núðlusúpu: 4 56

Hráefni: 56

Leiðbeiningar: 57

Auðveldir laxasalatskammtar: 1 58

Hráefni: 58

Leiðbeiningar: 58

Skammtar af grænmetissúpu: 4 59

Hráefni: 59

Leiðbeiningar: 60

Skammtar af sítrónuhvítlauksrækjum: 4 61

Hráefni: 61

Leiðbeiningar: 61

Hráefni: 62

Gráðostabringur 63

Skammtar: 6 63

Hráefni: 63

Leiðbeiningar: 64

Kalt soba með miso vinaigrette Innihald: 65

Leiðbeiningar: 66

Bakaðir Buffalo Blómkálsbitar Skammtar: 2 67

Hráefni: 67

Leiðbeiningar: 67

Hvítlauksbakaður kjúklingur með basil og tómötum Skammtar: 4 69

Hráefni: 69

Leiðbeiningar: 69

Rjómalöguð túrmerik blómkálssúpa Skammtar: 4 71

Hráefni: 71

Leiðbeiningar: 72

Brún hrísgrjón með sveppum, grænkáli og sætri kartöflu 73

Hráefni: 73

Bökuð Tilapia Uppskrift með Pecan Rosemary Topping 75

Hráefni: 75

Skammtar af svörtum bauna tortillum: 2 77

Hráefni: 77

Leiðbeiningar: 77

Kjúklingur með hvítum baunum með vetrargrænu 78

Hráefni: 78

Leiðbeiningar: 79

Jurtabakaðir laxskammtar: 2 80

Hráefni: 80

Leiðbeiningar: 80

Grískt jógúrt kjúklingasalat 82

Hráefni: 82

Leiðbeiningar: 82

Kjúklingabaunasalat 83

Hráefni: 83

Leiðbeiningar: 84

Skammtar af Valencia salati: 10 85

Hráefni: 85

Leiðbeiningar: 85

„Borðaðu grænmetið þitt" súpuskammtar: 4 87

Hráefni: 87

Leiðbeiningar: 88

Skammtar af miso laxi og grænum baunum: 4 89

Hráefni: 89

Leiðbeiningar: 89

Skammtar af blaðlauks-, kjúklinga- og spínatsúpu: 4 90

Hráefni: 90

Leiðbeiningar: 90

Skammtar af dökkum súkkulaðisprengjum: 24 92

Hráefni: 92

Leiðbeiningar: 92

Skammtar af fylltri papriku að ítölskum stíl: 6 94

Hráefni: 94

Leiðbeiningar: 94

Reyktur silungur vafinn inn í salat Skammtar: 4 96

Hráefni: 96

Leiðbeiningar: 97

Deviled Egg Salat Hráefni: 98

Leiðbeiningar: 98

Sesam kjúklingur og Tamari af grænum baunum 100

Hráefni: 100

Leiðbeiningar: 100

Skammtar af engiferkjúklingapotti: 6 102

Hráefni: 102

Leiðbeiningar: 103

Rjómalagt Garbano salat innihaldsefni: 104

Leiðbeiningar: 105

Gulrótarnúðlur með hnetuengifer lime sósu 107

Hráefni: 107

Leiðbeiningar: 107

Ristað grænmeti með sætum kartöflum og hvítum baunum 109

Hráefni: 109

Leiðbeiningar: 110

Grænkálsskál: 1 111

Hráefni: 111

Leiðbeiningar: 111

Kókoshnetuheslihnetukældir glerskammtar: 1 113

Hráefni: 113

Leiðbeiningar: 113

Kryddað spergilkál, blómkál og tófú með rauðlauk 114

Hráefni: 114

Leiðbeiningar: 115

Skammtar af baunum og laxi á pönnunni: 4 116

Hráefni: 116

Leiðbeiningar: 117

Skammtar af gulrótarsúpu: 4 118

Hráefni: 118

Leiðbeiningar: 119

Hollt pastasalatskammtar: 6 120

Hráefni: 120

Leiðbeiningar: 120

Kjúklingabauna karrý skammtar: 4 til 6 122

Hráefni: 122

Leiðbeiningar: 123

Hakk Stroganoff hráefni: 124

Leiðbeiningar: 124

Skammtar af stuttum rifjum í sósu: 4 126

Hráefni: 126

Leiðbeiningar: 127

Skammtar af glútenlausri kjúklinganúðlusúpu: 4 128

Hráefni: 128

Linsukarrýskammtar: 4 130

Hráefni: 130

Leiðbeiningar: 131

Hrærið kjúklinga- og snjóbaunaskammtar: 4 132

Hráefni: 132

Leiðbeiningar: 133

Safaríkt spergilkál með ansjósum og möndlum Skammtar: 6 134

Hráefni: 134

Leiðbeiningar: 134

Skammtar af shiitake og spínati: 8 136

Hráefni: 136

Leiðbeiningar: 137

Spergilkál Blómkálssala Skammtar: 6 138

Hráefni: 138

Leiðbeiningar: 139

Kjúklingasalat með kínversku ívafi 140

Skammtar: 3 140

Hráefni: 140

Leiðbeiningar: 141

Skammtar af papriku fylltum með amaranth og kínóa: 4 143

Hráefni: 143

Ostskorpuð stökk fiskflök Skammtar: 4 145

Hráefni: 145

Leiðbeiningar: 145

Próteinbaunir og grænar fylltar skeljar 147

Hráefni: 147

Asískt núðlusalat: 150

Leiðbeiningar: 150

Skammtar af laxi og grænum baunum: 4 152

Hráefni: 152

Leiðbeiningar: 152

Ostur fylltur kjúklingur hráefni 154

Leiðbeiningar: 155

Ruccola með Gorgonzola vínaigrette Skammtar: 4 156

Hráefni: 156

Leiðbeiningar: 156

Hvítkálssúpuskammtar: 6 158

Hráefni: 158

Skammtar af blómkálshrísgrjónum: 4 159

Hráefni: 159

Leiðbeiningar: 159

Skammtar af feta frittata og spínati: 4 160

Hráefni: 160

Leiðbeiningar: 160

Hráefni fyrir eldheitan kjúklingapott límmiða 162

Leiðbeiningar: 163

Hvítlauksrækjur með mulið blómkálsskammti: 2 164

Hráefni: 164

Leiðbeiningar: 165

Skammtar af brokkolí túnfiski: 1 166

Hráefni: 166

Leiðbeiningar: 166

Butternut Squash og rækjusúpu skammtar: 4 167

Hráefni: 167

Leiðbeiningar: 168

Skammtar af gómsætum bökuðum kalkúnakúlum: 6 169

Hráefni: 169

Leiðbeiningar: 169

Létt samlokukæfa skammtar: 4 171

Hráefni: 171

Leiðbeiningar: 172

Skammtar af hrísgrjónum og kjúklingi í potti: 4 173

Hráefni: 173

Leiðbeiningar: 174

Steiktar rækjur Jambalaya Skammtar: 4 176

Hráefni: 176

Kjúklingur Chili skammtar: 6 178

Hráefnl: 178

Leiðbeiningar: 179

Skammtar af hvítlauks- og linsubaunasúpu: 4 180

Hráefni: 180

Kúrbít Kúrbít og kjúklingur í klassískum Santa Fe hræringarsteikingu 182

Hráefni: 182

Leiðbeiningar: 183

Tilapia Tacos með frábærri sesam engifersveitu ... 184
Hráefni: ... 184
Leiðbeiningar: ... 184
Linsukarrýplokkfiskar: 4 ... 186
Hráefni: ... 186
Leiðbeiningar: ... 186
Grænkál Caesar salat með grilluðum kjúklingapappír: 2 ... 188
Hráefni: ... 188
Leiðbeiningar: ... 189
Skammtar af spínatbaunasalati: 1 ... 190
Hráefni: ... 190
Leiðbeiningar: ... 190
Valhnetu- og rósmarínskorpu lax Skammtar: 6 ... 191
Hráefni: ... 191
Leiðbeiningar: ... 192
Bakaðar sætar kartöflur með rauðri tahinisósu Skammtar: 4 ... 193
Hráefni: ... 193
Leiðbeiningar: ... 194
Ítalska sumarsquash súpuskammtarnir: 4 ... 195
Hráefni: ... 195
Leiðbeiningar: ... 196
Skammtar af saffran og laxasúpu: 4 ... 197
Hráefni: ... 197
Súrsæt og súrsæt rækju- og sveppasúpa með tailensku bragði ... 199
Hráefni: ... 199
Leiðbeiningar: ... 200
Sólþurrkaðir tómatar Orzo hráefni: ... 202

Leiðbeiningar: 202

Skammtar af sveppa- og rauðrófusúpu: 4 203

Hráefni: 204

Leiðbeiningar: 204

Kjúklingaparmesan Kjötbollur Innihald: 206

Leiðbeiningar: 206

Alla Parmigiana Kjötbollur Innihald: 208

Leiðbeiningar: 209

Diskur af kalkúnabringum með gullnu grænmeti 210

Hráefni: 210

Leiðbeiningar: 210

Grænt karrý með kókos og soðnum hrísgrjónum Skammtar: 8 212

Hráefni: 212

Leiðbeiningar: 212

Sætar kartöflu- og kjúklingasúpa með linsubaunir Skammtar: 6 214

Hráefni: 214

Leiðbeiningar: 215

Bakaðar lime rækjur með kúrbít og maísskammti: 4

Eldunartími: 20 mínútur

Hráefni:

1 matskeið extra virgin ólífuolía

2 litlir kúrbít, sneiddir tommur

1 bolli frosnir maískorn

2 grænir laukar, þunnar sneiðar

1 teskeið af salti

½ tsk malað kúmen

½ tsk chipotle chili duft

1 pund afhýddar rækjur, þiðnar ef þarf

1 matskeið fínt saxað ferskt kóríander

Börkur og safi úr 1 lime

Leiðbeiningar:

1. Forhitið ofninn í 400°F. Smyrjið bökunarplötuna með olíunni.

2. Blandið kúrbítnum, maísnum, grænlauknum, salti, kúmeni og chilidufti saman á bökunarplötuna og blandið vel saman. Raða í einu lagi.

3. Bætið rækjum ofan á. Steikið innan 15 til 20 mínútna.

4. Bætið kóríander og limebörk og safa út í, blandið saman og berið fram.

<u>Næringarupplýsingar:</u>Hitaeiningar 184 Heildarfita: 5g Samtals Kolvetni: 11g Sykur: 3g Trefjar: 2g Prótein: 26g Natríum: 846mg

Blómkálssúpuskammtar: 10

Eldunartími: 10 mínútur

Hráefni:

bolli af vatni

2 tsk ólífuolía

1 laukur, skorinn í bita

1 blómkálshöfuð, aðeins blómkálið

1 dós ný kókosmjólk

1 teskeið af túrmerik

1 teskeið af engifer

1 tsk hrátt hunang

Leiðbeiningar:

1. Setjið allar festingar í stóran pott og sjóðið í um 10 mínútur.

2. Notaðu blöndunartæki til að blanda saman og gera súpuna slétta.

Berið fram.

Næringarupplýsingar: Heildarkolvetni 7g Fæðutrefjar: 2g Nettó kolvetni: Prótein: 2g Heildarfita: 11g Hitaeiningar: 129

Sætar kartöflur, svartbaunir hamborgaraskammtar: 6

Eldunartími: 10 mínútur

Hráefni:

1/2 jalapenó, fræhreinsað og skorið í teninga

1/2 bolli quinoa

6 heilkorna hamborgarabollur

1 dós af svörtum baunum, skoluð og tæmd

Ólífuolía/kókosolía, til eldunar

1 sæt kartöflu

1/2 bolli rauðlaukur, sneiddur

4 matskeiðar glútenlaust haframjöl

2 hvítlauksrif, söxuð

2 tsk kryddað Cajun krydd

1/2 bolli kóríander, saxað

1 tsk af kúmeni

Hvítkál

Salt, eftir smekk

Pipar eftir smekk

Fyrir kremið:

2 matskeiðar kóríander, saxað

1/2 þroskað avókadó, skorið í teninga

4 matskeiðar fituskertur sýrður rjómi/grísk jógúrt 1 tsk lime safi

Leiðbeiningar:

1. Skolið quinoa undir rennandi köldu vatni. Setjið bolla af vatni í pott og hitið það. Bætið kínóa út í og látið suðuna koma upp.

2. Lokið, látið malla við vægan hita þar til allt vatnið er frásogast, um það bil 15 mínútur.

3. Slökkvið á hitanum og flujið kínóaið með gaffli. Færið síðan kínóaið yfir í skál og látið það kólna í 5-10 mínútur.

4. Stingið í kartöfluna með gaffli, setjið síðan í örbylgjuofn í nokkrar mínútur þar til þær eru soðnar og mjúkar. Þegar kartöflurnar eru soðnar, flysjið þær og látið kólna.

5. Bættu bökuðu kartöflunni í matvinnsluvél ásamt 1 dós svörtum baunum, ½ bolli saxaða kóríander, 2 tsk Cajun krydd, ½ bolli hægelduðum lauk, 1 tsk kúmen og 2 söxuð hvítlauksrif.

Púlsaðu þar til einsleit blanda er fengin. Settu það yfir í skál og bættu soðnu kínóa saman við.

6. Bætið við haframjöli/hafraklíi. Blandið vel saman og mótið í 6 kökur. Setjið kökurnar á bökunarplötu og kælið í um hálftíma.

7. Bætið öllu Crema hráefninu í matvinnsluvél. Púlsaðu þar til slétt. Stilltu salt eftir smekk og kældu.

8. Smyrjið pönnu með olíu og hitið við meðalhita.

Steikið hvora hlið kökubollanna þar til þær eru ljósbrúnar, aðeins 3-4 mínútur.

Berið fram með rjóma, pústum, rúllum og einhverju af uppáhalds álegginu þínu.

Næringarupplýsingar: 206 hitaeiningar 6g fita 33,9g samtals kolvetni 7,9g prótein

Kókossveppasúpuskammtar: 3

Eldunartími: 10 mínútur

Hráefni:

1 matskeið kókosolía

1 matskeið malað engifer

1 bolli cremini sveppir, saxaðir

½ teskeið af túrmerik

2 og ½ bollar af vatni

½ bolli niðursoðin kókosmjólk

Sjávarsalt eftir smekk

Leiðbeiningar:

1. Hitið kókosolíuna yfir meðalhita í stórum potti og bætið sveppunum út í. Eldið 3-4 mínútur.

2. Setjið afganginn af festingunum og sjóðið. Látið malla í 5 mínútur.

3. Skiptið á þrjár súpuskálar og njótið!

Næringarupplýsingar:Heildarkolvetni 4g Matartrefjar: 1g Prótein: 2g
Heildarfita: 14g Hitaeiningar: 143

Ávaxtasalatskammtar í vetrarstíl: 6

Eldunartími: 0 mínútur

Hráefni:

4 soðnar sætar kartöflur, í teningum (1 tommu teningur) 3 perur, í teningum (1 tommu teningur)

1 bolli vínber, helminguð

1 epli, skorið í teninga

½ bolli pecan helminga

2 matskeiðar ólífuolía

1 matskeið af rauðvínsediki

2 matskeiðar af hráu hunangi

Leiðbeiningar:

1. Blandið saman ólífuolíu, rauðvínsediki og svo hráu hunangi til að búa til vínaigrettuna og setjið til hliðar.

2. Blandið saman niðurskornum ávöxtum, sætum kartöflum og pecan helmingum og skiptið á sex skálar. Dreifið hverri skál með dressingunni.

Næringarupplýsingar:Samtals kolvetni 40g Matartrefjar: 6g Prótein: 3g

Heildarfita: 11g Hitaeiningar: 251

Hunangssteikt kjúklingalæri með gulrótum

Skammtar: 4

Eldunartími: 50 mínútur

Hráefni:

2 matskeiðar ósaltað smjör, við stofuhita 3 stórar gulrætur, þunnar sneiðar

2 hvítlauksrif, söxuð

4 kjúklingalæri með beini og skinni

1 teskeið af salti

½ tsk þurrkað rósmarín

¼ tsk nýmalaður svartur pipar

2 matskeiðar af hunangi

1 bolli kjúklingasoð eða grænmetissoð

Sítrónubátar, til framreiðslu

Leiðbeiningar:

1. Forhitið ofninn í 400°F. Smyrjið bökunarplötuna með smjörinu.

2. Raðið gulrótunum og hvítlauknum í eitt lag á bökunarplötuna.

3. Setjið kjúklinginn með skinnhliðinni upp yfir grænmetið og kryddið með salti, rósmaríni og pipar.

4. Setjið hunang ofan á og bætið soði út í.

5. Steikið innan 40-45 mínútna. Fjarlægðu og láttu síðan standa 5

mínútur og berið fram með sítrónubátum.

Næringarupplýsingar:Hitaeiningar 428 Heildarfita: 28g Samtals Kolvetni: 15g Sykur: 11g Trefjar: 2g Prótein: 30g Natríum: 732mg

Kalkúnn chili skammtar: 8

Eldunartími: 4 klukkustundir og 10 mínútur

Hráefni:

1 pund malaður kalkúnn, helst 99% magur

2 dósir nýrnabaunir, skolaðar og tæmdar (15 oz hver) 1 rauð paprika, saxuð

2 dósir af tómatsósu (15 oz hver)

1 krukka tamuð deli-sneidd jalapeno paprika, tæmd (16 oz) 2 dósir litlir tómatar, í teningum (15 oz hver) 1 msk kúmen

1 gul paprika, gróft skorin

2 dósir svartar baunir, helst skolaðar og tæmdar (15 oz hver) 1 bolli maís, frosinn

2 matskeiðar chiliduft

1 matskeið ólífuolía

Svartur pipar og salt eftir smekk

1 meðalstór laukur, skorinn í bita

Grænn laukur, avókadó, rifinn ostur, grísk jógúrt/sýrður rjómi, til skrauts, valfrjálst

Leiðbeiningar:

1. Hitið olíu þar til hún er orðin heit á stórri pönnu. Þegar hann er búinn skaltu setja kalkúninn varlega í heita pönnu og elda þar til hann er brúnaður. Helltu kalkúnnum í botninn á hæga eldavélinni þinni, helst 6 lítra.

2. Bætið við jalapeños, maís, papriku, lauk, hægelduðum tómötum, tómatsósu, baunum, kúmeni og chilidufti. Blandið saman, bætið svo pipar og salti eftir smekk.

3. Lokið og eldið 6 klukkustundir við lágan hita eða 4 klukkustundir við háan hita.

Berið fram með valkvætt skraut og njótið.

<u>Næringarupplýsingar:</u>kcal 455 Fita: 9 g Trefjar: 19 g Prótein: 38 g

Krydd linsubaunasúpa Skammtar: 5

Eldunartími: 25 mínútur

Hráefni:

1 bolli gulur laukur (hægeldaður)

1 bolli gulrætur (hægeldaðar)

1 bolli rófa

2 matskeiðar extra virgin ólífuolía

2 matskeiðar balsamik edik

4 bollar barnaspínat

2 bollar brúnar linsubaunir

Bolli af ferskri steinselju

Leiðbeiningar:

1. Forhitið hraðsuðupottinn í miðlungshita og bætið við ólífuolíu og grænmeti.

2. Eftir 5 mínútur er soðinu, linsunum og salti bætt á pönnuna og látið malla í 15 mínútur.

3. Takið lokið af og bætið spínati og ediki út í.

4. Hrærið í súpunni í 5 mínútur og slökkvið á hitanum.

5. Skreytið með ferskri steinselju.

Næringarupplýsingar:Kaloríur 96 Kolvetni: 16g Fita: 1g Prótein: 4g

Skammtar af kjúklingi og grænmeti með hvítlauk: 4

Eldunartími: 45 mínútur

Hráefni:

2 tsk extra virgin ólífuolía

1 blaðlaukur, aðeins hvítur hluti, skorinn í þunnar sneiðar

2 stórir kúrbítar, skornir í ¼ tommu sneiðar

4 kjúklingabringur með bein og skinn

3 hvítlauksrif, söxuð

1 teskeið af salti

1 tsk þurrkað oregano

¼ tsk nýmalaður svartur pipar

½ bolli hvítvín

Safi úr 1 sítrónu

Leiðbeiningar:

1. Forhitið ofninn í 400°F. Smyrjið bökunarplötuna með olíunni.

2. Setjið blaðlaukinn og kúrbítinn á bökunarplötuna.

3. Setjið kjúklinginn með skinnhliðinni upp og stráið hvítlauk, salti, oregano og pipar yfir. Bætið við víni.

4. Steikið innan 35-40 mínútna. Takið út og látið standa í 5 mínútur.

5. Bætið sítrónusafa út í og berið fram.

<u>Næringarupplýsingar:</u>Hitaeiningar 315 Heildarfita: 8g Samtals kolvetni: 12g Sykur: 4g Trefjar: 2g Prótein: 44g Natríum: 685mg

Skammtar af reyktu laxasalati: 4

Eldunartími: 20 mínútur

Hráefni:

2 litlar fennel perur, þunnar sneiðar, nokkur blöð frátekin 1 msk litlar saltaðar kapers, skolaðar, tæmd ½ bolli venjuleg jógúrt

2 matskeiðar saxuð steinselja

1 msk sítrónusafi, nýkreistur

2 msk ferskur graslaukur, saxaður

1 matskeið saxað ferskt estragon

180g sneiður reyktur lax, lítið salt

½ rauðlaukur, þunnt sneið

1 tsk fínt rifinn sítrónubörkur

½ bolli franskar grænar linsubaunir, skolaðar

60 g ferskt barnaspínat

½ avókadó, skorið í sneiðar

Örlítil púðursykur

Leiðbeiningar:

1. Setjið vatn í stóran pott með vatni og sjóðið við vægan hita. Einu sinni suðu; eldið linsubaunir þar til þær eru mjúkar, 20 mínútur; tæmdu vel.

2. Hitið kolapönnu á meðan á háum hita.

Sprautaðu fennelsneiðarnar með smá olíu og eldið þar til þær eru mjúkar, í 2 mínútur á hvorri hlið.

3. Blandið graslauk, steinselju, jógúrt, estragon, sítrónuberki og kapers saman í matvinnsluvél þar til það er alveg slétt, kryddið síðan með pipar eftir smekk.

4. Setjið laukinn með sykri, safa og klípu af salti í stóra hrærivélarskál. Látið standa í nokkrar mínútur og hellið síðan af.

5. Blandið linsunum saman við lauk, fennel, avókadó og spínati í stórri blöndunarskál. Skiptið jafnt á milli diska, toppið síðan með fiski. Stráið restinni af fennellaufunum yfir og meiri ferskri steinselju. Dreifið með grænu gyðjudressingunni. Njóttu.

Næringarupplýsingar:kcal 368 Fita: 14 g Trefjar: 8 g Prótein: 20 g

Shawarma salatskammtar af bauna: 2

Eldunartími: 20 mínútur

Hráefni:

Til að undirbúa salatið

20 pítuflögur

5 aura af vorsalati

10 kirsuberjatómatar

¾ bolli fersk steinselja

¼ bolli rauðlaukur (hakkað)

Fyrir kjúklingabaunirnar

1 matskeið ólífuolía

1 Yfirskrift-msk kúmen og túrmerik

½ matskeið af paprikudufti og kóríanderdufti 1 klípa af svörtum pipar

½ dash af kosher salti

c engifer og kanillduft

Til að undirbúa vínaigrettuna

3 hvítlauksrif

1 matskeið þurrkuð borvél

1 msk lime safi

Vatnið

½ bolli hummus

Leiðbeiningar:

1. Settu grind í þegar forhitaðan ofn (204C). Blandið kjúklingabaununum saman við allt kryddið og kryddjurtirnar.

2. Setjið þunnt lag af kjúklingabaunum á bökunarplötuna og bakið í tæpar 20 mínútur. Eldið það þar til baunirnar eru gullinbrúnar.

3. Til að undirbúa dressinguna, blandið öllu hráefninu saman í skál og blandið saman. Bætið vatni smám saman við til að verða rétt mýkt.

4. Blandið öllum kryddjurtum og kryddi til að undirbúa salatið.

5. Til að bera fram, bætið pítuflögum og baunum út í salat og dreypið dressingu yfir.

<u>Næringarupplýsingar:</u>Kaloríur 173 Kolvetni: 8g Fita: 6g Prótein: 19g

Ananas steiktir hrísgrjónaskammtar: 4

Eldunartími: 20 mínútur

Hráefni:

2 gulrætur, skrældar og rifnar

2 grænir laukar, sneiddir

3 matskeiðar af sojasósu

1/2 bolli skinka, í teningum

1 matskeið sesamolía

2 bollar niðursoðinn/ferskur ananas, skorinn í teninga

1/2 tsk engiferduft

3 bollar hýðishrísgrjón, soðin

1/4 tsk hvítur pipar

2 matskeiðar ólífuolía

1/2 bolli frosnar baunir

2 hvítlauksrif, söxuð

1/2 bolli frosinn maís

1 laukur, skorinn í bita

Leiðbeiningar:

1. Setjið 1 matskeið af sesamolíu, 3 matskeiðar af sojasósu, 2 klípur af hvítum pipar og 1/2 teskeið af engiferdufti í skál. Blandið vel saman og geymið til hliðar.

2. Hitið olíuna á pönnu. Bætið hvítlauknum saman við hægelduðum lauknum.

Eldið í um 3-4 mínútur, hrærið oft.

3. Bætið við 1/2 bolli frosnum ertum, rifnum gulrótum og 1/2 bolli frosnum maís.

Hrærið þar til grænmetið er meyrt, aðeins í nokkrar mínútur.

4. Hrærið sojasósublöndunni saman við, 2 bolla hægelduðum ananas, ½ bolli saxaðri skinku, 3 bolla soðin hýðishrísgrjón og niðurskorinn grænan lauk.

Eldið í um 2-3 mínútur, hrærið oft. Berið fram!

Næringarupplýsingar:252 hitaeiningar 12,8g fita 33g samtals kolvetni 3g prótein

Linsubaunasúpuskammtar: 2

Eldunartími: 30 mínútur

Hráefni:

2 gulrætur, meðalstórar og skornar í teninga

2 msk. Sítrónusafi, ferskur

1 msk. Túrmerik duft

1/3 bolli linsubaunir, soðnar

1 msk. Möndlur, saxaðar

1 sellerístilkur, skorinn í teninga

1 búnt af nýsaxaðri steinselju

1 gulur laukur, stór og saxaður

Svartur pipar, nýmalaður

1 pastinip, meðalstór og saxaður

½ tsk. Kúmenduft

3 ½ bollar af vatni

½ tsk. Himalaya bleikt salt

4 grænkálsblöð, grófsöxuð

Leiðbeiningar:

1. Til að byrja, setjið gulrætur, pastinip, matskeið af vatni og lauknum í meðalstóran pott á meðalhita.

2. Eldið grænmetisblönduna í 5 mínútur, hrærið af og til.

3. Bætið svo við linsubaunir og kryddi. Blandið vel saman.

4. Að því loknu er vatni hellt á pönnuna og blönduna látið sjóða.

5. Lækkið nú hitann í lágan og látið malla í 20 mínútur.

6. Slökkvið á hitanum og takið hann af hellunni. Bætið við grænkáli, sítrónusafa, steinselju og salti.

7. Hrærið svo vel þar til allt kemur saman.

8. Skreytið með möndlum og berið fram heitt.

Næringarupplýsingar:Hitaelnlngar: 242KcalPrótein: 10g Kolvetni: 16gFita: 4g

Skammtar af ljúffengu túnfisksalati: 2

Eldunartími: 15 mínútur

Hráefni:

2 dósir vatnspakkaður túnfiskur (5 oz hver), tæmd ¼ bolli majónesi

2 matskeiðar fersk basil, saxuð

1 msk sítrónusafi, nýkreistur

2 msk eldristuð rauð paprika, saxuð ¼ bolli kalamata eða blandaðar ólífur, saxaðar

2 stórir vínviðarþroskaðir tómatar

1 matskeið af kapers

2 matskeiðar rauðlaukur, saxaður

Pipar og salt eftir smekk

Leiðbeiningar:

1. Bætið öllu hráefninu (nema tómötum) saman í stóra hrærivélaskál; blandið hráefninu vel saman þar til það hefur blandast vel saman.

Skerið tómatana í sex og opnið þá varlega. Skeið tilbúin túnfisksalatblöndu í miðju; berið fram strax og njótið.

Næringarupplýsingar:kcal 405 Fita: 24 g Trefjar: 3,2 g Prótein: 37 g

Egg aioli skammtar: 12

Eldunartími: 0 mínútur

Hráefni:

2 eggjarauður

1 hvítlaukur, rifinn

2 msk. vatnið

½ bolli extra virgin ólífuolía

¼ bolli sítrónusafi, nýkreistur, fræ fjarlægð ¼ tsk. sjávarsalt

Smá cayenne pipar duft

Klípa af hvítum pipar, eftir smekk

Leiðbeiningar:

1. Hellið hvítlauknum, eggjarauðunum, salti og vatni í blandarann; vinna þar til slétt. Hellið ólífuolíunni rólega út í þar til dressingin fleytir út.

2. Bætið restinni af hráefninu út í. Bragð; stillið kryddið ef þarf.

Hellið í loftþétt ílát; nota eftir þörfum.

Næringarupplýsingar:Kaloríur 100 Kolvetni: 1g Fita: 11g Prótein: 0g

Spaghetti Pasta með sveppa- og jurtasósu

Innihald:

200 grömm / 6,3 oz í kringum stóran skammt af pakka af Wheat Thin Spaghetti*

140 grömm af sneiðum sveppum hreinsaðir 12-15 stykki*

¼ bolli rjómi

3 bollar af mjólk

2 msk matarólífuolía auk 2 tsk olía eða fljótandi smjörlíki til að setja hálfa leið með 1,5 msk hveiti

½ bolli hakkaður laukur

¼ til ½ bolli stökkur malaður cheddar-parmesanostur

Nokkrir bitar af svörtum pipar

Salt eftir smekk

2 tsk þurrkað eða ferskt timjan*

Fullt af ferskum basilblöðum Chiffonade

Leiðbeiningar:

1. Eldið pastað aðeins stíft eins og pakkinn gefur til kynna.

2. Á meðan pastað er að eldast ættum við að byrja að útbúa sósuna.

3. Hitið 3 bolla af mjólk í örbylgjuofni í 3 mínútur eða á helluborði þar til það er soðið.

4. Hitið á sama tíma 2 matskeiðar af olíu á non-stick pönnu við meðalháan hita og soðið sveppina til helminga. Eldið um 2

mínútur.

5. Frá upphafi losa sveppirnir smá vatn, síðan gufa þeir upp þegar til lengri tíma er litið og verða ferskir hver um sig.

6. Lækkið nú hitann í miðlungs, bætið lauknum út í og eldið í 1 mínútu.

7. Látið nú 2 teskeiðar af mjúku smjöri fylgja með og stráið hveiti yfir.

8. Blandið saman í 20 sekúndur.

9. Setjið heita mjólk inn í og hrærið stöðugt í til að mynda slétta sósu.

10. Þegar sósan þykknar, það er að segja verður að plokkfiski, slökkvið á hitanum.

11. Sem stendur er ¼ bolli malaður cheddar parmesanostur með. Blandið þar til slétt. Í 30 sekúndur.

12. Sem stendur inniheldur salt, pipar og timjan.

13. Reyndu. Breyttu ilm ef þörf krefur.

14. Í millitíðinni ætti pastað enn að kúla aðeins stíft.

15. Sigtið heita vatnið í gegnum sigti. Látið kranann renna og hellið köldu vatni út í til að stöðva eldunina, tæmdu allt vatnið og fargið því með sósunni.

16. Ef þú ert ekki að borða hratt skaltu ekki henda pastanu út í sósuna. Geymið pasta aðskilið, húðað með olíu og tryggt.

17. Berið fram heitt með meira strái af Cheddar Parmesan osti.

Njóttu!

Brún hrísgrjón og miso shitake súpa með grænum lauk

Skammtar: 4

Eldunartími: 45 mínútur

Hráefni:

2 matskeiðar sesamolía

1 bolli þunnt sneiðar shiitake sveppahettur

1 hvítlauksgeiri, saxaður

1 stykki (1½ tommu) ferskt engifer, afhýtt og skorið í sneiðar 1 bolli meðalkornið brún hrísgrjón

½ teskeið af salti

1 matskeið af hvítu miso

2 grænir laukar, þunnar sneiðar

2 matskeiðar fínt saxað ferskt kóríanderLeiðbeiningar:

1. Hitið olíuna við meðalháan hita í stórum potti.

2. Bætið sveppum, hvítlauk og engifer út í og steikið þar til sveppir byrja að mýkjast, um 5 mínútur.

3. Bætið hrísgrjónunum út í og hrærið til að hjúpa þau jafnt með olíunni. Bætið 2 bollum af vatni og salti út í og látið suðuna koma upp.

4. Látið malla innan 30-40 mínútna. Notaðu smá súpusoð til að mýkja misóið og hrærðu því síðan í pottinum þar til það hefur blandast vel saman.

5. Hrærið grænum lauk og kóríander saman við og berið svo fram.

Næringarupplýsingar:Hitaeiningar 265 Heildarfita: 8g Samtals kolvetni: 43g Sykur: 2g Trefjar: 3g Prótein: 5g Natríum: 456mg

Grillaður sjóurriði með hvítlauk og steinseljuvínaigrette

Skammtar: 8

Eldunartími: 25 mínútur

Hráefni:

3 ½ punda silungsflök, helst sjóbirtingur, beinlaus, roð á

4 hvítlauksgeirar, þunnar sneiðar

2 matskeiðar kapers, gróft saxaðar

½ bolli flatblaða steinseljublöð, fersk

1 rauð heit paprika, helst löng; þunnar sneiðar 2 msk sítrónusafi, nýkreistur
½ bolli ólífuolía

Sítrónubátar, til framreiðslu

Leiðbeiningar:

1. Penslið silunginn með um það bil 2 matskeiðar af olíu; vertu viss um að allar hliðar séu vel húðaðar. Forhitaðu grillið þitt í háan hita, helst með lokaðri hettu. Dragðu úr hita í miðlungs; settu húðaða silunginn á grillplötuna, helst með roðhliðinni niður. Eldið þar til það er eldað að hluta

og gullbrúnt, nokkrar mínútur. Snúðu silungnum varlega; eldið þar til það er tilbúið, 12 til 15 mínútur, með hettunni lokað. Færið hrygginn yfir á stórt framreiðsludisk.

2. Hitið olíuna sem eftir er á meðan; hvítlaukur við lágan hita í litlum potti þar til hann er aðeins heitur; hvítlaukurinn byrjar að breyta um lit. Takið út og hrærið síðan kapers, sítrónusafa, chilli saman við.

Dreifið silungnum með tilbúinni vínaigrettunni og stráið síðan ferskum steinseljulaufum yfir. Berið fram strax með ferskum sítrónubátum, njótið.

Næringarupplýsingar:kcal 170 Fita: 30 g Trefjar: 2 g Prótein: 37 g

Blómkáls- og kjúklingabaunakarríhúðaðar

innihaldsefni:

1 ferskt engifer

2 hvítlauksgeirar

1 dós af kjúklingabaunum

1 rauðlaukur

8 aura blómkálsblóm

1 tsk Garam Masala

2 matskeiðar örvarótarsterkju

1 sítrónu

1 búnt af ferskum kóríander

1/4 bolli vegan jógúrt

4 umbúðir

3 matskeiðar rifinn kókos

4 aura af barnaspínati

1 matskeið jurtaolía

1 tsk Salt og pipar Eftir smekk

Leiðbeiningar:

1. Forhitið eldavélina í 400°F (205°C). Afhýðið og saxið 1 tsk af engifer. Saxið hvítlaukinn. Pípaðu og þvoðu kjúklingabaunirnar. Afhýðið og saxið rauðlaukinn smátt. Kljúfið sítrónuna.

2. Húðaðu grillpönnu með 1 matskeið af jurtaolíu. Í risastórri skál skaltu sameina hakkað engifer, hvítlauk, safa af stórum hluta af sítrónunni, kjúklingabaununum, saxaða rauðlaukinn, blómkálsflögurnar, garam masala, örvarótarsterkju-rót og 1/2 tsk af salt. Færðu yfir á bökunarplötuna og steiktu aftur þar til blómkálið er mjúkt og steikt í blettum, um 20 til 25 mínútur.

3. Saxið kóríanderblöðin og viðkvæma stilkana. Í lítilli skál, þeytið saman kóríander, jógúrt, 1 msk sítrónusafa og stráð af salti og pipar.

4. Merktu umslögin með álpappír og settu þau í eldavélina til að hita þau upp í um það bil 3 til 4 mínútur.

5. Settu litla nonstick pönnu yfir meðalhita og láttu rifna kókosinn fylgja með. Grillið, venjulega hrist, þar til það er létt soðið, um það bil 2 til 3 mínútur.

6. Dreifið barnaspínati og soðnu grænmeti á milli heitra umbúða. Raðið kjúklingabaunablómkálshúðunum á risastóra diska og stráið kóríandersósunni yfir. Stráið ristaðri kókos yfir

Skammtar af bókhveiti núðlusúpu: 4

Eldunartími: 25 mínútur

Hráefni:

2 bollar Bok Choy, saxaður

3 msk. Tamari

3 pakkar af bókhveiti núðlum

2 bollar edamame baunir

7 aura shiitake sveppir, saxaðir

4 bollar af vatni

1 C. Engifer, rifið

klípa af salti

1 hvítlauksgeiri, rifinn

Leiðbeiningar:

1. Settu fyrst vatnið, engiferið, sojasósuna og hvítlaukinn í meðalstóran pott yfir meðalhita.

2. Látið suðuna koma upp í engifer-sojasósublöndunni og hrærið síðan edamame og shiitake út í.

3. Haltu áfram að elda í 7 mínútur til viðbótar eða þar til það er meyrt.

4. Næst skaltu elda soba núðlurnar samkvæmt leiðbeiningum á pakka þar til þær eru eldaðar í gegn. Þvoið og skolið vel af.

5. Bætið nú bok choyinu út í shiitake blönduna og eldið í eina mínútu í viðbót eða þar til bok choyið er visnað.

6. Skiptið að lokum soba-núðlunum niður á borðskálar og toppið með sveppablöndunni.

<u>Næringarupplýsingar:</u>Hitaeiningar: 234KcalPrótein: 14,2g Kolvetni: 35,1gFita: 4g

Auðveldir laxasalatskammtar: 1

Eldunartími: 0 mínútur

Hráefni:

1 bolli lífræn rúlla

1 dós af villtum laxi

½ avókadó, skorið í sneiðar

1 matskeið ólífuolía

1 tsk Dijon sinnep

1 tsk sjávarsalt

Leiðbeiningar:

1. Byrjið á því að þeyta ólífuolíu, Dijon sinnep og sjávarsalti í blöndunarskál til að búa til dressingu. Setja til hliðar.

2. Setjið salatið saman með rucola sem grunn og toppið með laxinum og niðurskornu avókadóinu.

3. Dreypið dressingu yfir.

Næringarupplýsingar:Heildarkolvetni 7g Matartrefjar: 5g Prótein: 48g Heildarfita: 37g Hitaeiningar: 553

Skammtar af grænmetissúpu: 4

Eldunartími: 40 mínútur

Hráefni:

1 msk. kókosolía

2 bollar grænkál, saxað

2 sellerístilkar, skornir í teninga

½ af 15 oz. dós hvítar baunir, tæmdar og skolaðar 1 laukur, stór og skorinn í teninga

á móti. Svartur pipar

1 gulrót, miðlungs og skorin í teninga

2 bollar blómkál, skorið í báta

1 C. Túrmerik, malað

1 C. Sjó salt

3 hvítlauksrif, söxuð

6 bollar grænmetissoð

Leiðbeiningar:

1. Til að byrja, hitið olíuna í stórum potti yfir miðlungs lágan hita.

2. Bætið lauknum á pönnuna og steikið í 5 mínútur eða þar til hann er mjúkur.

3. Setjið gulrót og sellerí á pönnuna og haltu áfram að elda í 4 mínútur í viðbót eða þar til grænmetið hefur mýkst.

4. Bætið nú túrmerik, hvítlauk og engifer út í blönduna. Blandið vel saman.

5. Eldið grænmetisblönduna í 1 mínútu eða þar til ilmandi.

6. Hellið því næst grænmetissoðinu með salti og pipar og látið suðuna koma upp.

7. Þegar það byrjar að sjóða skaltu bæta við blómkálinu. Lækkið hitann og látið malla grænmetisblönduna í 13-15 mínútur eða þar til blómkálið er mjúkt.

8. Bætið að lokum baununum og grænkálinu út í. Eldið innan 2 mínútna.

9. Berið það fram heitt.

Næringarupplýsingar:Kaloríur 192Kcal Prótein: 12,6 g Kolvetni: 24,6 g Fita: 6,4 g

Skammtar af sítrónuhvítlauksrækjum: 4

Eldunartími: 15 mínútur

Hráefni:

1 og ¼ pund rækja, soðin eða gufusoðin

3 matskeiðar hvítlaukur, saxaður

¼ bolli sítrónusafi

2 matskeiðar ólífuolía

¼ bolli steinselja

Leiðbeiningar:

1. Taktu litla pönnu og settu hana yfir meðalhita, bættu hvítlauknum og olíunni út í og hrærðu í 1 mínútu.

2. Bætið steinselju, sítrónusafa út í og kryddið með salti og pipar í samræmi við það.

3. Bætið rækjunni í stóra skál og flytjið blönduna af pönnunni yfir rækjurnar.

4. Kælið og berið fram.

Næringarupplýsingar:Hitaeiningar: 130 Lipíð: 3g Kolvetni: 2g Prótein: 22g

Hráefni:

ferskt salat, í rifnum eða skornum bitum

avókadó niðurskurð, valkvætt

SESAM-SOJA DÍFUSÓSA

1/4 bolli sojasósa

1/4 bolli kalt vatn

1 msk majónesi (með geðþótta, þetta gerir ídýfuna flauelsmjúka)

1 tsk ferskur lime safi

1 tsk sesamolía

1 tsk sriracha sósa eða heit sósa (valfrjálst)<u>Leiðbeiningar:</u>

1. meðalstór tómatur (fræaður og skorinn 1/4" þykkur) 2. beikonbitar, soðnir

3. ný basil, mynta eða mismunandi kryddjurtir

4. hrísgrjónapappír

Gráðostabringur

Skammtar: 6

Eldunartími: 8 klst. 10 mínútur

Hráefni:

1 bolli af vatni

1/2 msk hvítlauksmauk

1/4 bolli sojasósa

1 ½ pund nautakjötsbringur

1/3 tsk malað kóríander

1/4 tsk negull, malaður

1 matskeið ólífuolía

1 skalottlaukur, saxaður

2oz. gráðostur, mulinn

Matreiðslusprey

Leiðbeiningar:

1. Setjið pott yfir meðalhita og bætið olíu við hitann.

2. Bætið skalottlaukum út í, blandið saman og eldið í 5 mínútur.

3. Hrærið hvítlauksmaukinu saman við og eldið í 1 mínútu.

4. Flyttu það yfir í hæga eldavélina, smurt með eldunarúða.

5. Setjið bringuna á sömu pönnu og steikið þar til þær eru brúnar á báðum hliðum.

6. Færið nautakjötið yfir í hæga eldavélina ásamt hinu hráefninu, nema ostinum.

7. Setjið lokið á og eldið í 8 klst. lágum hita.

8. Toppið með osti og berið fram.

Næringarupplýsingar:Kaloríur 397, prótein 23,5 g, fita 31,4 g, kolvetni 3,9 g, trefjar 0 g

Kalt soba með miso vinaigrette Innihald:

6oz bókhveiti soba núðlur

1/2 bolli gulrætur eyðilagðar

1 bolli storknað skeljað edamame, þiðnað 2 persneskar gúrkur, saxaðar

1 bolli saxaður kóríander

1/4 bolli sesamfræ

2 matskeiðar svört sesamfræ

Hvítt misó vínaigrette (fyrir 2 bolla)

2/3 bolli hvítt miso lím

Safi úr 2 meðalstórum sítrónum

4 matskeiðar af hrísgrjónaediki

4 matskeiðar extra virgin ólífuolía

4 matskeiðar kreistar appelsínur

2 matskeiðar malað ferskt engifer

2 matskeiðar af hlynsírópi

Leiðbeiningar:

1. Eldið soba núðlur samkvæmt leiðbeiningum á umbúðum (passið að ofelda ekki því þær verða klístraðar og festast saman). Pípið vel og færið í risastóra skál 2. Hafið rifnar gulrætur, edamame, agúrka, kóríander og sesamfræ með

3. Til að setja dressinguna skaltu sameina hvert viðhengi í blandara. Blandið þar til slétt

4. Dreypið æskilegu magni af dressingu yfir núðlur (við notuðum um það bil einn og hálfan bolla)

Bakaðir Buffalo Blómkálsbitar Skammtar: 2

Eldunartími: 35 mínútur

Hráefni:

bolli af vatni

bolli af bananamjöli

Smá salti og pipar

1 stykki meðalstórt blómkál, skorið í stóra bita ½ bolli heit sósa

2 matskeiðar bráðið smjör

Gráðostur eða búgarðsdressing (valfrjálst)

Leiðbeiningar:

1. Forhitaðu ofninn þinn í 425°F. Á meðan skaltu klæða bökunarform með álpappír.

2. Blandið vatni, hveiti og smá salti og pipar saman í stóra blöndunarskál.

3. Blandið vel saman þar til það hefur blandast vel saman.

4. Bætið við blómkáli; kastað til að húða vel.

5. Færið blönduna yfir í bökunarformið. Bakið í 15 mínútur, snúið einu sinni.

6. Blandaðu heitu sósunni og smjörinu saman í lítilli skál meðan þú eldar.

7. Hellið sósunni yfir soðna blómkálið.

8. Settu eldaða blómkálið aftur í ofninn og haltu áfram að elda í 20 mínútur.

9. Berið fram strax með búgarðsdressingu til hliðar, ef vill.

<u>Næringarupplýsingar:</u>Hitaeiningar: 168 Kal Fita: 5,6 g Prótein: 8,4 g Kolvetni: 23,8 g Trefjar: 2,8 g

Hvítlauksbakaður kjúklingur með basil og tómötum Skammtar: 4

Eldunartími: 30 mínútur

Hráefni:

½ meðalgulur laukur

2 matskeiðar ólífuolía

3 söxuð hvítlauksrif

1 bolli basilíka (gróft hakkað)

1.lb beinlaus kjúklingabringa

14,5 aura ítalskir hakkaðir tómatar

Salt pipar

4 meðalstór kúrbít (spírað í núðlur) 1 msk mulin rauð paprika

2 matskeiðar ólífuolía

Leiðbeiningar:

1. Berið kjúklingabitana með pönnu til að elda fljótt. Stráið salti, pipar og olíu yfir kjúklingabitana og marinerið báðar hliðar kjúklingsins jafnt.

2. Steikið kjúklingabitana á stórri heitri pönnu í 2-3 mínútur á hvorri hlið.

3. Steikið laukinn á sömu pönnu þar til hann er brúnn. Bætið tómötum, basilíkublöðum og hvítlauk út í.

4. Látið malla í 3 mínútur og bætið öllu kryddinu og kjúklingnum út á pönnuna.

5. Berið það fram á disknum með zoodles í sósu.

Næringarupplýsingar:Kaloríur 44 Kolvetni: 7g Fita: 0g Prótein: 2g

Rjómalöguð túrmerik blómkálssúpa Skammtar: 4

Eldunartími: 15 mínútur

Hráefni:

2 matskeiðar extra virgin ólífuolía

1 blaðlaukur, aðeins hvítur hluti, skorinn í þunnar sneiðar

3 bollar blómkálsblóm

1 hvítlauksgeiri, afhýddur

1 stykki (1¼ tommu) ferskt engifer, skrælt og sneið 1½ tsk túrmerik

½ teskeið af salti

¼ tsk nýmalaður svartur pipar

¼ tsk malað kúmen

3 bollar grænmetissoð

1 bolli fita: kókosmjólk

¼ bolli fínsaxað ferskt kóríander

Leiðbeiningar:

1. Hitið olíuna við háan hita í stórum potti.

2. Brúnið blaðlaukinn innan 3 til 4 mínútna.

3. Bætið við blómkáli, hvítlauk, engifer, túrmerik, salti, pipar og kúmeni og steikið í 1-2 mínútur.

4. Setjið soðið og sjóðið.

5. Látið malla innan 5 mínútna.

6. Maukið súpuna með blöndunartæki þar til hún er mjúk.

7. Hrærið kókosmjólkinni og kóríander út í, hitið aftur og berið fram.

Næringarupplýsingar:Hitaeiningar 264 Heildarfita: 23g Samtals Kolvetni: 12g Sykur: 5g Trefjar: 4g Prótein: 7g Natríum: 900mg

Brún hrísgrjón með sveppum, grænkáli og sætri kartöflu

Skammtar: 4

Eldunartími: 50 mínútur

Hráefni:

¼ bolli extra virgin ólífuolía

4 bollar grófsöxuð grænkálsblöð

2 blaðlaukur, aðeins hvítir hlutar, þunnar sneiðar

1 bolli sneiddir sveppir

2 hvítlauksrif, söxuð

2 bollar skrældar sætar kartöflur, skornar í ½ tommu teninga 1 bolli brún hrísgrjón

2 bollar af grænmetissoði

1 teskeið af salti

¼ tsk nýmalaður svartur pipar

¼ bolli nýkreistur sítrónusafi

2 matskeiðar fínt söxuð fersk flatblaða steinselja<u>Leiðbeiningar:</u>

1. Hitið olíuna yfir háum hita.

2. Bætið við grænkáli, blaðlauk, sveppum og hvítlauk og steikið þar til mjúkt, um 5 mínútur.

3. Bætið sætum kartöflum og hrísgrjónum út í og steikið í um 3 mínútur.

4. Bætið við soði, salti og pipar og látið suðuna koma upp. Látið malla innan 30 til 40

mínútur.

5. Hrærið sítrónusafa og steinselju saman við og berið svo fram.

<u>Næringarupplýsingar:</u>Hitaeiningar 425 Fita: 15g Samtals kolvetni: 65g Sykur: 6g Trefjar: 6g Prótein: 11g Natríum: 1045mg

Bökuð Tilapia Uppskrift með Pecan Rosemary Topping

Skammtar: 4

Eldunartími: 20 mínútur

Hráefni:

4 tilapia flök (4 aura hver)

½ tsk púðursykur eða kókossykur 2 tsk ferskt rósmarín, saxað

1/3 bolli hráar pekanhnetur, saxaðar

Klípa af cayenne pipar

1 ½ tsk ólífuolía

1 stór eggjahvíta

1/8 tsk salt

1/3 bolli panko brauðrasp, helst heilhveiti<u>Leiðbeiningar:</u>

1. Hitaðu ofninn þinn í 350 F.

2. Hellið pekanhnetunum með brauðmylsnu, kókossykri, rósmaríni, cayennepipar og salti í lítið eldfast mót. Bæta við ólífuolíu; kasta.

3. Bakið innan 7-8 mínútna, þar til blandan verður ljós gullinbrún.

4. Stilltu hitann á 400 F og úðaðu stóru glerformi með eldunarúða.

5. Þeytið eggjahvítu í grunna fatinu. Vinna í lotum; dýfðu fiski (einni tilapia í einu) í eggjahvítu og hjúpaðu síðan létt yfir pekanblöndunni. Settu húðuðu flökin í eldfast mót.

6. Kreistið afganginn af pecanblöndunni yfir tilapia flökin.

7. Bakið innan 8-10 mínútna. Berið fram strax og njótið.

Næringarupplýsingar:kcal 222 Fita: 10 g Trefjar: 2 g Prótein: 27 g

Skammtar af svörtum bauna tortillum: 2

Eldunartími: 0 mínútur

Hráefni:

¼ bolli maís

1 handfylli af ferskri basilíku

½ bolli rucola

1 matskeið næringarger

¼ bolli niðursoðnar svartar baunir

1 ferskja, sneið

1 tsk lime safi

2 glútenlausar tortillur

Leiðbeiningar:

1. Skiptið baununum, maísnum, rucola og ferskjum á milli tortillanna tveggja.

2. Toppið hverja tortillu með helmingnum af ferskri basilíku og limesafaNæringarupplýsingar:Heildarkolvetni 44g Matartrefjar: 7g Prótein: 8g Heildarfita: 1g Hitaeiningar: 203

Kjúklingur með hvítum baunum með vetrargrænu

Skammtar: 8

Eldunartími: 45 mínútur

Hráefni:

4 hvítlauksrif

1 matskeið ólífuolía

3 meðalstórar pastinakar

1 kg Litlir teningur af kjúklingi

1 tsk malað kúmen

2 lekar og 1 grænn hluti

2 gulrætur (hægeldaðar)

1 ¼ hvítar baunir (lagðar í bleyti yfir nótt)

½ tsk þurrkað oregano

2 tsk kosher salt

kóríander lauf

1 1/2 matskeiðar malaður ancho chiles

Leiðbeiningar:

1. Eldið hvítlauk, blaðlauk, kjúkling og ólífuolíu í stórum potti við meðalhita í 5 mínútur.

2. Bætið nú gulrótunum og pastinipunum út í og eftir að hafa hrært í 2 mínútur bætið við öllu kryddinu.

3. Hrærið þar til ilmurinn fer að koma upp úr.

4. Bætið nú baununum og 5 bollum af vatni í pottinn.

5. Látið suðuna koma upp og lækkið hitann.

6. Látið malla í tæpar 30 mínútur og skreytið með steinselju og kóríanderlaufum.

Næringarupplýsingar:Kaloríur 263 Kolvetni: 24g Fita: 7g Prótein: 26g

Jurtabakaðir laxskammtar: 2

Eldunartími: 15 mínútur

Hráefni:

10oz. Laxafile

1 C. Ólífuolía

1 C. Elskan mín

1 C. Estragon, ferskt

1/8 tsk Salt

2 msk. Dijon sinnep

á móti. þurrkað timjan

á móti. Oregano, þurrkað

Leiðbeiningar:

1. Forhitið ofninn í 425 F.

2. Eftir það er allt hráefnið nema laxinn blandað saman í meðalstóra skál.

3. Dreifið nú þessari blöndu jafnt yfir laxinn.

4. Leggðu næst laxinn með roðhliðinni niður á bökunarpappírsklædda ofnplötu.

5. Bakið að lokum í 8 mínútur eða þar til fiskurinn flagnar.

Næringarupplýsingar:Hitaeiningar: 239KcalPrótein: 31g Kolvetni: 3gFita: 11g

Grískt jógúrt kjúklingasalat

Hráefni:

Malaður kjúklingur

Grænt epli

Rauðlaukur

Sellerí

Þurrkuð trönuber

Leiðbeiningar:

1. Skammtur af grískum jógúrtkjúklingi með blönduðu grænmeti er mögnuð hugmynd fyrir kvöldmatarundirbúninginn. Þú getur sett það í heimagerðan áttavita og borðað bara það eða þú getur pakkað því í frábært undirbúningshólf með meira grænmeti, frönskum osfrv. Hér eru nokkrar þjónusturáðleggingar.

2. Á ristað brauð

3. Í tortillu með salati

4. Með hrökkum eða salti

5. Í smá salati bourguignonne (lágt kolvetnaval!)

Kjúklingabaunasalat

Hráefni:

1 avókadó

1/2 stökk sítróna

1 dós af notuðum kjúklingabaunum (19 oz)

1/4 bolli saxaður rauðlaukur

2 bollar saxaðir vínberutómatar

2 bollar agúrka í teningum

1/2 bolli stökk steinselja

3/4 bolli græn piparkorn, skorin í teninga

Sárabindi

1/4 bolli ólífuolía

2 matskeiðar af rauðvínsediki

1/2 tsk kúmen

salt og pipar

Leiðbeiningar:

1. Skerið avókadóið í þrívíddarferninga og setjið í skál. Kreistið safann af 1/2 sítrónu yfir avókadóið og hrærið varlega til að þétta.

2. Settu afganginn af blönduðu grænu hráefninu með og blandaðu varlega til að sameinast.

3. Kælið hvort sem er í kæli eina klukkustund áður en það er borið fram.

Skammtar af Valencia salati: 10

Eldunartími: 0 mínútur

Hráefni:

1 C. Kalamata ólífur í olíu, grýttar, tæmdar létt, helmingaðar, júllasaðar

1 haus, lítið romaine salat, skolað, tæmt, skorið í hæfilega stóra bita

½ stykki, lítill skalottlaukur, saxaður

1 C. Dijon sinnep

½ lítil satsuma eða mandarína, aðeins kvoða

1 C. hvítvínsedik

1 C. extra virgin ólífuolía

1 klípa af fersku timjan, saxað

Klípa af sjávarsalti

Klípa af svörtum pipar, eftir smekk

Leiðbeiningar:

1. Blandið saman ediki, olíu, fersku timjani, salti, sinnepi, svörtum pipar og hunangi, ef það er notað. Þeytið vel þar til vínaigrettan fleytir sig aðeins.

2. Blandið restinni af salathráefninu saman í salatskál.

3. Dreypið vinaigrette yfir við framreiðslu. Berið fram strax með 1 sneið ef ósykrað eða bragðmikið súrdeigsbrauð.

Næringarupplýsingar:Kaloríur 238 Kolvetni: 23g Fita: 15g Prótein: 8g

„Borðaðu grænmetið þitt" súpuskammtar: 4

Eldunartími: 20 mínútur

Hráefni:

¼ bolli extra virgin ólífuolía

2 blaðlaukur, aðeins hvítir hlutar, þunnar sneiðar

1 fennelpera, snyrt og skorin í þunnar sneiðar

1 hvítlauksgeiri, afhýddur

1 búnt svissneska, gróft saxað

4 bollar grófsaxað grænkál

4 bollar grófsaxað sinnepsgrænu

3 bollar grænmetissoð

2 matskeiðar eplaedik

1 teskeið af salti

¼ tsk nýmalaður svartur pipar

¼ bolli saxaðar kasjúhnetur (valfrjálst)

Leiðbeiningar:

1. Hitið olíuna við háan hita í stórum potti.

2. Bætið við blaðlauk, fennel og hvítlauk og steikið þar til það er mjúkt, um 5 mínútur.

3. Bætið við svissneskum kolum, grænkáli og sinnepsgrænu og steikið þar til grænmetið visnar, 2-3 mínútur.

4. Setjið soðið og sjóðið.

5. Látið malla innan 5 mínútna.

6. Hrærið ediki, salti, pipar og kasjúhnetum saman við (ef þær eru notaðar).

7. Maukið súpuna með blöndunartæki þar til hún er mjúk og berið fram.

<u>Næringarupplýsingar:</u>Hitaeiningar 238 Heildarfita: 14g Samtals Kolvetni: 22g Sykur: 4g Trefjar: 6g Prótein: 9g Natríum: 1294mg

Skammtar af miso laxi og grænum baunum: 4

Eldunartími: 25 mínútur

Hráefni:

1 matskeið sesamolía

1 pund grænar baunir, snyrtar

1 pund laxflök, skorin í 4 steikur ¼ bolli hvítt misó

2 tsk tamari eða glútenlaus sojasósa 2 grænir laukar, þunnar sneiðar

Leiðbeiningar:

1. Forhitið ofninn í 400°F. Smyrjið bökunarplötuna með olíunni.

2. Setjið grænu baunirnar, síðan laxinn á grænu baunirnar og penslið hvern bita með misó.

3. Steikið innan 20-25 mínútna.

4. Dreypið tamari yfir, stráið grænum lauk yfir og berið fram.

Næringarupplýsingar:Hitaeiningar 213 Heildarfita: 7g Samtals kolvetni: 13g Sykur: 3g Trefjar: 5g Prótein: 27g Natríum: 989mg

Skammtar af blaðlauks-, kjúklinga- og spínatsúpu: 4

Eldunartími: 15 mínútur

Hráefni:

3 matskeiðar ósaltað smjör

2 blaðlaukur, aðeins hvítir hlutar, þunnar sneiðar

4 bollar barnaspínat

4 bollar af kjúklingasoði

1 teskeið af salti

¼ tsk nýmalaður svartur pipar

2 bollar rifinn steiktur kjúklingur

1 msk saxaður ferskur graslaukur

2 tsk rifinn eða saxaður sítrónubörkur

Leiðbeiningar:

1. Leysið smjörið upp við háan hita í stórum potti.

2. Bætið við blaðlauknum og steikið þar til hann mýkist og fer að brúnast, 3

5 mínútur í burtu.

3. Bætið við spínati, soði, salti og pipar og látið suðuna koma upp.

4. Látið malla í 1-2 mínútur.

5. Bætið við kjúklingi og eldið innan 1-2 mínútna.

6. Stráið graslauk og sítrónuberki yfir og berið fram.

<u>Næringarupplýsingar:</u>Kaloríur 256 Heildarfita: 12g Samtals Kolvetni: 9g Sykur: 3g Trefjar: 2g Prótein: 27g Natríum: 1483mg

Skammtar af dökkum súkkulaðisprengjum: 24

Eldunartími: 5 mínútur

Hráefni:

1 bolli þungur rjómi

1 bolli mildaður rjómaostur

1 tsk vanillu essens

1/2 bolli dökkt súkkulaði

2oz. Stevía

Leiðbeiningar:

1. Bræðið súkkulaðið í skál með því að hita það í örbylgjuofni.

2. Þeytið restina af hráefnunum saman í hrærivél þar til það verður loftkennt og hrærið síðan bræddu súkkulaðinu saman við.

3. Blandið vel saman og skiptið svo blöndunni í muffinsform klætt muffinsbollum.

4. Kælið í 3 klst.

5. Berið fram.

<u>Næringarupplýsingar:</u>Hitaeiningar 97 Fita 5g, Kolvetni 1g, Prótein 1g, Trefjar 0g

Skammtar af fylltri papriku að ítölskum stíl: 6

Eldunartími: 40 mínútur

Hráefni:

1 tsk hvítlauksduft

1/2 bolli mozzarella, rifinn

1 pund magurt malað kjöt

1/2 bolli parmesanostur

3 paprikur, helmingaðar langsum, stilkar, fræ og rif fjarlægð

1 pakki (10 oz) frosið spínat

2 bollar marinara sósa

1/2 teskeið af salti

1 tsk ítalskt krydd

Leiðbeiningar:

1. Húðaðu álpappírsklædda ofnplötu með nonstick úða. Setjið paprikuna á bökunarplötuna.

2. Bætið kalkúnnum á pönnu og eldið við meðalhita þar til hann er ekki lengur bleikur.

3. Bætið við 2 bollum af marinara sósu og kryddi þegar það er næstum soðið. Eldið í um það bil 8 til 10 mínútur.

4. Bætið spínati saman við 1/2 bolla af parmesan. Hrærið þar til það er vel blandað.

5. Bætið hálfum bolla af kjötblöndunni við hverja papriku og skiptið ostinum á milli allra. Forhitið ofninn í 450 F.

6. Bakið paprikurnar í um 25-30 mínútur. Kælið og berið fram.

Næringarupplýsingar:150 hitaeiningar 2g fita 11g samtals kolvetni 20g prótein

Reyktur silungur vafinn inn í salat Skammtar: 4

Eldunartími: 45 mínútur

Hráefni:

¼ bolli saltristaðar kartöflur

1 bolli vínberutómatar

½ bolli basilíkublöð

16 lítil til meðalstór salatblöð

1/3 bolli asískt sætt chili

2 gulrætur

1/3 bolli skalottlaukur (þunnt sneið)

¼ bolli þunnt sneiðar jalapenos

1 matskeið af sykri

2-4,5 aura roðlausan reyktur silung

2 matskeiðar ferskur lime safi

1 agúrka

Leiðbeiningar:

1. Skerið gulrætur og gúrku í þunnar strimla.

2. Marinerið þetta grænmeti í 20 mínútur með sykri, fiskisósu, limesafa, skalottlaukum og jalapenos.

3. Bætið bitum af silungi og öðrum kryddjurtum út í þessa grænmetisblöndu og blandið saman.

4. Sigtið vatnið úr grænmetis- og silungsblöndunni og blandið aftur til að blandast saman.

5. Setjið salatblöðin á disk og toppið með silungssalatinu.

6. Toppið þetta salat með hnetum og chilisósu.

Næringarupplýsingar:Kaloríur 180 Kolvetni: 0g Fita: 12g Prótein: 18g

Deviled Egg Salat Hráefni:

12 risastór egg

1/4 bolli hakkað grænn laukur

1/2 bolli hakkað sellerí

1/2 bolli saxaður chime rauð paprika

2 matskeiðar Dijon sinnep

1/3 bolli majónesi

1 msk safi, hvítvín eða sherry edik 1/4 tsk Tabasco eða önnur heit sósa (eftir smekk) 1/2 tsk paprika (eftir smekk) 1/2 tsk kaffi svartur pipar (nóg eftir smekk) 1/4 tsk salt (meira að smakka)

Leiðbeiningar:

1. Hitið harðsoðin egg: Auðveldasta aðferðin til að búa til harðsoðin kúluegg sem er allt annað en erfitt að súrsa er að gufa þau.

Fylltu pott með 1 tommu af vatni og bættu við gufu. (Ef þú ert ekki með smá gufu, þá er það í lagi.) 2. Hitaðu vatnið að suðu, settu eggin varlega í gufubakkann eða rétt í pottinum. Dreifið pottinum. Stilltu klukkuna á 15 mínútur. Tæmdu eggin og settu þau í frost veiruvatn til að kæla þau.

3. Undirbúið eggin og grænmetið: Saxið eggin gróft og setjið í stóra skál. Látið grænan lauk, sellerí og rauðan pipar fylgja með.

4. Undirbúið mesclun-plötuna: Blandið saman majó, sinnepi, ediki og Tabasco í lítilli skál. Blandið majósósunni í skálinni varlega saman við eggin og grænmetið. Setjið papriku og salt og svartan pipar með. Skiptið um krydd eftir smekk.

Sesam kjúklingur og Tamari af grænum baunum

Skammtar: 4

Eldunartími: 45 mínútur

Hráefni:

1 pund grænar baunir, snyrtar

4 kjúklingabringur með bein og skinn

2 matskeiðar af hunangi

1 matskeið sesamolía

1 msk tamari eða glútenlaus sojasósa 1 bolli kjúklinga- eða grænmetissoð

Leiðbeiningar:

1. Forhitið ofninn í 400°F.

2. Raðið grænum baunum á stóra bökunarplötu.

3. Setjið kjúklinginn með skinnhliðinni upp yfir baunirnar.

4. Dreypið hunangi, olíu og tamari yfir. Bæta við seyði.

5. Steikið innan 35-40 mínútna. Takið út, látið standa í 5 mínútur og berið fram.

Næringarupplýsingar:Hitaeiningar 378 Heildarfita: 10g Samtals kolvetni: 19g Sykur: 10g Trefjar: 4g Prótein: 54g Natríum: 336mg

Skammtar af engiferkjúklingapotti: 6

Eldunartími: 20 mínútur

Hráefni:

¼ bolli kjúklingalæri, skorið í bita

¼ bolli soðnar eggjanúðlur

1 óþroskuð papaya, afhýdd, skorin í teninga

1 bolli kjúklingasoð, lítið natríum, lítið fitu

1 engifermedalíón, afhýdd, mulin

laukduft

smá hvítlauksduft, bætið meira við ef vill

1 bolli af vatni

1 C. fiskisósa

klípa af hvítum pipar

1 stk, lítill fugla chili, hakkað

Leiðbeiningar:

1. Setjið alla festinguna í stóra pott á háan hita. Sjóðandi.

Lækkið hitann í lægstu stillingu. Settu lokið á.

2. Látið plokkfiskinn elda í 20 mínútur eða þar til papaya er mjúkt.

Slökktu á eldinum. Til að borða eins og það er eða með ½ bolli af soðnum hrísgrjónum. Berið fram heitt.

<u>Næringarupplýsingar:</u>Kaloríur 273 Kolvetni: 15g Fita: 9g Prótein: 33g

Rjómalagt Garbano salat innihaldsefni:

Mesclun fat

2 krukkur af 14 oz kjúklingabaunum

3/4 bolli lítill gulrótarhristari

3/4 bolli litlir selleríhristarar

3/4 bolli Paprika Litlir hristarar

1 skalottlaukur, saxaður

1/4 bolli litlir rauðlaukshristarar

1/2 stórt avókadó

6 aura slétt tofu

1 matskeið eplaedik

1 matskeið sítrónusafi

1 matskeið Dijon sinnep

1 msk sweet relish

1/4 tsk reykt paprika

1/4 tsk sellerífræ

1/4 tsk svartur pipar

1/4 tsk sinnepsduft

Sjávarsalt eftir smekk

Sandwich Fix'ns

Ræktað gróft brauð

Skerið Roma tómata

Dreifanlegt salat

Leiðbeiningar:

1. Undirbúið og saxið gulrætur, sellerí, papriku, rauðlauk og grænan lauk og setjið í litla blöndunarskál. Settu á öruggan stað.

2. Notaðu lítinn blöndunartæki eða matvinnsluvél og blandaðu avókadóinu, tofu, eplasafaediki, sítrónusafa og sinnepi saman þar til það er slétt.

3. Sigtið og þvoið kjúklingabaunirnar og setjið þær í meðalstóra blöndunarskál. Stappaðu baunirnar með kartöflustöppu eða gaffli þar til flestar eru aðskildar og það byrjar að stífna eftir diskinn af mesclun fiski. Þú þarft það ekki til að vera slétt heldur klárað og sterkt. Kryddið baunirnar með smá salti og pipar.

4. Látið niðurskorið grænmeti, avókadó-tófú rjóma og restina af bragðefninu fylgja með, njótið og blandið vel saman. Smakkaðu og breyttu í samræmi við tilhneigingu þína.

Gulrótarnúðlur með hnetuengifer lime sósu

Hráefni:

Fyrir gulrótapasta:

5 risastórar gulrætur, skrældar og saxaðar eða skornar í þunnar ræmur 1/3 bolli (50 g) soðnar kasjúhnetur

2 matskeiðar ferskt kóríander, smátt saxað

Fyrir engifer-hnetusósuna:

2 matskeiðar heslihneturíkt smurefni

4 matskeiðar venjuleg kókosmjólk

Kreistu cayenne piparinn

2 risastór hvítlauksgeirar, smátt saxaðir

1 msk ferskt engifer, afhýtt og malað 1 msk lime safi

Salt, eftir smekk

Leiðbeiningar:

1. Setjið öll hráefni sósunnar saman í litla skál og blandið þar til slétt og ríkt og setjið til hliðar á meðan þið slípgrið/sýrið gulræturnar.

2. Blandið gulrótum og sósu blíðlega saman í stóra framreiðsluskál þar til það er jafnhúðað. Skreytið með ristuðum kasjúhnetum (eða hnetum) og nýsöxuðum kóríander.

Ristað grænmeti með sætum kartöflum og hvítum baunum

Skammtar: 4

Eldunartími: 25 mínútur

Hráefni:

2 litlar sætar kartöflur, skornar í bita

½ rauðlaukur, skorinn í ¼ tommu teninga

1 meðalstór gulrót, afhýdd og skorin í þunnar sneiðar

4 aura grænar baunir, snyrtar

¼ bolli extra virgin ólífuolía

1 teskeið af salti

¼ tsk nýmalaður svartur pipar

1 dós (15½ aura) navy baunir, tæmd og skoluð 1 matskeið sítrónubörkur, hakkað eða rifið

1 matskeið saxað ferskt dill

Leiðbeiningar:

1. Forhitið ofninn í 400°F.

2. Blandið sætum kartöflum, lauk, gulrót, grænum baunum, olíu, salti og pipar saman á stóra bökunarplötu og blandið vel saman. Raða í einu lagi.

3. Steikið þar til grænmetið er meyrt, 20 til 25 mínútur.

4. Bætið hvítum baunum, sítrónuberki og dilli saman við, blandið vel saman og berið fram.

Næringarupplýsingar:Hitaeiningar 315 Heildarfita: 13g Samtals Kolvetni: 42g Sykur: 5g Trefjar: 13g Prótein: 10g Natríum: 632mg

Grænkálsskál: 1

Eldunartími: 0 mínútur

Hráefni:

1 bolli ferskt grænkál

½ bolli bláber

½ bolli rifin kirsuber, helminguð

¼ bolli þurrkuð trönuber

1 matskeið sesamfræ

2 matskeiðar ólífuolía

Safi úr 1 sítrónu

Leiðbeiningar:

1. Blandaðu saman ólífuolíu og sítrónusafa, blandaðu síðan grænkáli í dressingu.

2. Setjið grænkálsblöðin í salatskál og skreytið með ferskum bláberjum, kirsuberjum og trönuberjum.

3. Skreytið með sesamfræjum.

Næringarupplýsingar: Heildarkolvetni 48g Matartrefjar: 7g Prótein: 6g
Heildarfita: 33g Hitaeiningar: 477

Kókoshnetuheslihnetukældir glerskammtar: 1

Eldunartími: 0 mínútur

Hráefni:

½ bolli kókosmöndlumjólk

¼ bolli heslihnetur, saxaðar

1 og ½ bolli af vatni

1 pakki af stevíu

Leiðbeiningar:

1. Bætið skráðum hráefnum í blandarann

2. Blandið þar til slétt og rjómakennt 3. Berið fram kælt og njótið!

Næringarupplýsingar:Hitaeiningar: 457 Lipíð: 46g Kolvetni: 12g Prótein: 7g

Kryddað spergilkál, blómkál og tófú með rauðlauk

Skammtar: 2

Eldunartími: 25 mínútur

Hráefni:

2 bollar spergilkál

2 bollar blómkálsblóm

1 meðalstór rauðlaukur, sneiddur

3 matskeiðar extra virgin ólífuolía

1 teskeið af salti

¼ tsk nýmalaður svartur pipar

1 pund þétt tófú, skorið í 1 tommu teninga

1 hvítlauksgeiri, saxaður

1 stykki (¼ tommu) ferskt engifer, hakkað

Leiðbeiningar:

1. Forhitið ofninn í 400°F.

2. Blandið spergilkáli, blómkáli, lauk, olíu, salti og pipar saman á stóra ofnplötu og blandið vel saman.

3. Steikið þar til grænmetið hefur mýkst, 10 til 15 mínútur.

4. Bætið tófúi, hvítlauk og engifer út í. Steikið innan 10 mínútna.

5. Blandið innihaldsefnunum varlega saman á ofnplötunni til að sameina tófúið við grænmetið og berið fram.

Næringarupplýsingar:Hitaeiningar 210 Heildarfita: 15g Samtals kolvetni: 11g Sykur: 4g Trefjar: 4g Prótein: 12g Natríum: 626mg

Skammtar af baunum og laxi á pönnunni: 4

Eldunartími: 25 mínútur

Hráefni:

1 bolli niðursoðnar svartar baunir, tæmdar og skolaðar 4 hvítlauksrif, söxuð

1 gulur laukur, saxaður

2 matskeiðar ólífuolía

4 laxaflök, beinlaus

½ tsk kóríander, malað

1 tsk túrmerikduft

2 tómatar, skornir í bita

½ bolli kjúklingasoð

Örlítið af salti og svörtum pipar

½ tsk kúmenfræ

1 msk graslaukur, saxaður

Leiðbeiningar:

1. Hitið pönnu með olíunni yfir meðalhita, bætið lauknum og hvítlauknum út í og steikið í 5 mínútur.

2. Bætið fiskinum út í og steikið í 2 mínútur á hvorri hlið.

3. Bætið baununum og hinu hráefninu saman við, blandið varlega saman og eldið í 10 mínútur í viðbót.

4. Skiptið blöndunni á diska og berið fram strax í hádeginu.

Næringarupplýsingar:hitaeiningar 219, fita 8, trefjar 8, kolvetni 12, prótein 8

Skammtar af gulrótarsúpu: 4

Eldunartími: 40 mínútur

Hráefni:

1 bolli butternut squash, saxað

1 msk. Ólífuolía

1 msk. Túrmerik duft

14 ½ oz. Kókosmjólk, létt

3 bollar gulrætur, saxaðar

1 blaðlaukur, skolaður og skorinn í sneiðar

1 msk. Engifer, rifið

3 bollar grænmetissoð

1 bolli fennel, saxað

Salt og pipar, eftir smekk

2 hvítlauksrif, söxuð

Leiðbeiningar:

1. Byrjið á því að hita hollenskan ofn yfir meðalháan hita.

2. Hellið olíunni út í og bætið svo fennel, squash, gulrótum og blaðlauk út í. Blandið vel saman.

3. Steikið það nú í 4-5 mínútur eða þar til það mýkist.

4. Bætið svo túrmerik, engifer, pipar og hvítlauk út í. Eldið 1 til 2 mínútur í viðbót.

5. Hellið svo soðinu og kókosmjólkinni út í. Blandið vel saman.

6. Að því loknu er suðu komið upp í blönduna og lokið yfir pottinn.

7. Látið malla í 20 mínútur.

8. Þegar það er soðið, flytjið blönduna yfir í háhraða blandara og blandið í 1-2 mínútur eða þar til þú hefur slétta, rjómalaga súpu.

9. Athugaðu krydd og bætið við meira salti og pipar ef þarf.

Næringarupplýsingar:Hitaelningar: 210,4KcalPrótein: 2,11g Kolvetni: 25,64gFita: 10,91g

Hollt pastasalatskammtar: 6

Eldunartími: 10 mínútur

Hráefni:

1 pakki af glútenfríu fusilli pasta

1 bolli vínberutómatar, sneiddir

1 handfylli af ferskum kóríander, saxað

1 bolli ólífur, helmingaðar

1 bolli fersk basilíka, saxuð

½ bolli ólífuolía

Sjávarsalt eftir smekk

Leiðbeiningar:

1. Þeytið saman ólífuolíu, saxaðri basilíku, kóríander og sjávarsalti.

Setja til hliðar.

2. Eldið pasta samkvæmt leiðbeiningum á pakka, skolið af og skolið.

3. Blandið pasta saman við tómata og ólífur.

4. Bætið ólífuolíublöndunni út í og blandið þar til það hefur blandast vel saman.

Næringarupplýsingar:Heildarkolvetni 66g Matartrefjar: 5g Prótein: 13g Heildarfita: 23g Hitaeiningar: 525

Kjúklingabauna karrý skammtar: 4 til 6

Eldunartími: 25 mínútur

Hráefni:

2 × 15 únsur. Kjúklingabaunir, skolaðar, tæmdar og soðnar 2 msk. Ólífuolía

1 msk. Túrmerik duft

½ af 1 laukur, skorinn í bita

1 C. Cayenne, jarðtengdur

4 hvítlauksrif, söxuð

2 msk. chili duft

15 aura tómatmauk

Svartur pipar, eftir þörfum

2 msk. Tómatpúrra

1 C. Cayenne, jarðtengdur

½ msk. hlynsíróp

½ af 15 oz. dós af kókosmjólk

2 msk. Kúmen, malað

2 msk. reykt paprika

Leiðbeiningar:

1. Hitið stóra pönnu yfir meðalháum hita. Fyrir þetta, skeið í olíu.

2. Þegar olían er orðin heit, hrærið lauknum saman við og eldið í 3-4 mínútur eða þar til það er mjúkt.

3. Hellið því næst tómatmauki, hlynsírópi, öllu kryddi, tómatpúrru og hvítlauk út í. Blandið vel saman.

4. Bætið svo soðnum kjúklingabaunum út í með kókosmjólk, svörtum pipar og salti.

5. Hrærið nú öllu vel saman og látið malla í 8-10 mínútur eða þar til þykknar.

6. Dreypið limesafa yfir og skreytið með kóríander ef vill.

Næringarupplýsingar:Hitaeiningar: 224KcalPrótein: 15,2g Kolvetni: 32,4gFita: 7,5g

Hakk Stroganoff hráefni:

1 pund magurt malað kjöt

1 lítill laukur í teninga

1 hakkað hvítlauksrif

3/4 pund af ferskum skornum sveppum

3 matskeiðar af hveiti

2 bollar kjötsoð

salt og pipar eftir smekk

2 tsk Worcestershire sósa

3/4 bolli kryddaður rjómi

2 matskeiðar fersk steinselja

Leiðbeiningar:

1. Malið dökklitaðan hamborgara, lauk og hvítlauk (reyndu að kljúfa það ekki) í fat þar til enginn bleikur er eftir. Djarft handfang.

2. Látið niðurskorna sveppi fylgja með og eldið í 2-3 mínútur. Bætið hveitinu út í og eldið í 1 mínútu smám saman.

3. Bætið soði, Worcestershire sósu, salti og pipar út í og hitið þar til það sýður. Lækkið hitann og látið malla við vægan hita í 10 mínútur.

Eldið eggjanúðlur samkvæmt leiðbeiningum í pakkahausum.

4. Takið kjötblönduna af hitanum, hrærið heita rjómanum og steinselju saman við.

5. Berið fram yfir eggjanúðlum.

Skammtar af stuttum rifjum í sósu: 4

Eldunartími: 65 mínútur

Hráefni:

2 pund. stykki af nautarifjum

1 ½ tsk ólífuolía

1 ½ msk sojasósa

1 msk Worcestershire sósa

1 matskeið af stevíu

1 ¼ bolli saxaður laukur.

1 tsk hakkaður hvítlaukur

1/2 bolli rauðvín

⅓ bolli tómatsósa, ósykrað

Salt og svartur pipar eftir smekk

Leiðbeiningar:

1. Skerið rifin í 3 hluta og nuddið með svörtum pipar og salti.

2. Bætið olíu í Instant Pot og ýtið á Sauté.

3. Setjið rifin í olíuna og steikið í 5 mínútur á hvorri hlið.

4. Bætið lauknum út í og steikið í 4 mínútur.

5. Hrærið hvítlauknum saman við og eldið í 1 mínútu.

6. Þeytið restina í skál og hellið yfir rifin.

7. Settu þrýstilokið á og eldið í 55 mínútur í handvirkri stillingu við háan þrýsting.

8. Þegar það er búið, losaðu þrýstinginn náttúrulega og fjarlægðu síðan lokið.

9. Berið fram heitt.

Næringarupplýsingar:Kaloríur 555, kolvetni 12,8 g, prótein 66,7 g, fita 22,3 g, trefjar 0,9 g

Skammtar af glútenlausri kjúklinganúðlusúpu:

4

Eldunartími: 25 mínútur

Hráefni:

¼ bolli extra virgin ólífuolía

3 sellerístilkar, skornir í ¼ tommu sneiðar

2 meðalstórar gulrætur, skornar í ¼ tommu teninga

1 lítill laukur, skorinn í ¼ tommu teninga

1 grein af fersku rósmaríni

4 bollar af kjúklingasoði

8 aura glútenlaus penne

1 teskeið af salti

¼ tsk nýmalaður svartur pipar

2 bollar steiktur kjúklingur í teningum

¼ bolli smátt skorin fersk flatblaða steinselja Leiðbeiningar:

1. Hitið olíuna við háan hita í stórum potti.

2. Bætið við sellerí, gulrótum, lauk og rósmaríni og steikið þar til það er mjúkt, 5-7 mínútur.

3. Bætið við soði, penne, salti og pipar og látið suðuna koma upp.

4. Látið suðuna koma upp og eldið þar til penne er mjúkt, 8 til 10 mínútur.

5. Fjarlægðu og fargaðu rósmarínkvistinum og bætið kjúklingnum og steinseljunni út í.

6. Lækkið hitann í lágan. Eldið innan 5 mínútna og berið fram.

Næringarupplýsingar: Hitaeiningar 485 Heildarfita: 18g Samtals Kolvetni: 47g Sykur: 4g Trefjar: 7g Prótein: 33g Natríum: 1423mg

Linsukarrýskammtar: 4

Eldunartími: 40 mínútur

Hráefni:

2 msk. Sinnepsfræ

1 C. Túrmerik, malað

1 bolli linsubaunir, lagðar í bleyti

2 msk. Kúmen fræ

1 tómatur, stór og saxaður

1 gulur laukur, þunnt sneið

4 bollar af vatni

Sjávarsalt, eftir þörfum

2 gulrætur, skornar í hálftungl

3 handfylli af spínatlaufum, rifin

1 C. Engifer, hakkað

½ tsk. chili duft

2 msk. kókosolía

Leiðbeiningar:

1. Settu fyrst mung baunirnar og vatnið í djúpan pott á meðalháum hita.

2. Látið nú suðuna koma upp í baunablöndunni og látið malla.

3. Látið malla í 20-30 mínútur eða þar til mungbaunir eru mjúkar.

4. Hitið næst kókosolíuna í stórum potti yfir meðalhita og hrærið sinnepsfræjum og kúmenfræjum út í.

5. Ef sinnepsfræ springa, setjið þá laukinn. Steikið laukinn í 4 mínútur eða þar til það er mjúkt.

6. Hellið hvítlauknum út í og steikið áfram í 1 mínútu í viðbót.

Þegar það er arómatískt skaltu bæta við túrmerikinu og chiliduftinu.

7. Næst skaltu bæta við gulrótinni og tómötunum. Eldið í 6 mínútur eða þar til það er mjúkt.

8. Bætið loks soðnum linsunum út í og hrærið vel.

9. Hrærið spínatlaufum saman við og steikið þar til það er mjúkt. Taktu úr eldi. Berið það fram heitt og njótið.

Næringarupplýsingar:Kaloríur 290Kcal Prótein: 14g Kolvetni: 43g Lipíð: 8g

Hrærið kjúklinga- og snjóbaunaskammtar: 4

Eldunartími: 10 mínútur

Hráefni:

1 ¼ bolli beinlaus, roðlaus kjúklingabringa, þunnar sneiðar 3 matskeiðar ferskt kóríander, saxað

2 matskeiðar jurtaolía

2 matskeiðar sesamfræ

1 búnt grænn laukur, þunnt sneið

2 teskeiðar af Sriracha

2 hvítlauksrif, söxuð

2 matskeiðar hrísgrjónaedik

1 paprika, þunnar sneiðar

3 matskeiðar af sojasósu

2½ bollar snjóbaunir

Salt, eftir smekk

Nýmalaður svartur pipar, eftir smekk

Leiðbeiningar:

1. Hitið olíuna á pönnu við meðalhita. Bætið við hakkaðri hvítlauk og grænum lauk. Eldið í eina mínútu og bætið síðan 2 ½ bollum af snjóbaunum saman við paprikuna. Eldið þar til það er mjúkt, rétt í um 3-4 mínútur.

2. Bætið kjúklingnum út í og eldið í um 4-5 mínútur, eða þar til hann er eldaður í gegn.

3. Bætið við 2 tsk af Sriracha, 2 msk af sesamfræjum, 3 matskeiðar sojasósa og 2 matskeiðar hrísgrjónaedik. Blandið öllu saman þar til það hefur blandast vel saman. Látið malla í 2-3 mínútur við vægan hita.

4. Bætið við 3 matskeiðum af söxuðu kóríander og blandið vel saman. Flyttu yfir og stráðu yfir sesamfræjum og kóríander ef þörf krefur. Njóttu!

Næringarupplýsingar:228 hitaeiningar 11g fita 11g samtals kolvetni 20g prótein

Safaríkt spergilkál með ansjósum og möndlum

Skammtar: 6

Eldunartími: 10 mínútur

Hráefni:

2 brokkolíníblóm, snyrt

1 matskeið extra virgin ólífuolía

1 langur ferskur rauður chilli, fræhreinsaður, smátt saxaður 2 hvítlauksgeirar, þunnar sneiðar

¼ bolli náttúrulegar möndlur, gróft saxaðar

2 tsk fínt rifinn sítrónubörkur

Kreista af sítrónusafa, ferskum

4 ansjósur í olíu, saxaðar

Leiðbeiningar:

1. Hitið olíu þar til hún er orðin heit í stórum potti. Bætið tæmdu ansjósunum, hvítlauknum, chilli og sítrónuberkinum út í. Eldið þar til arómatískt, í 30

sekúndur, hrærið oft. Bætið möndlunum út í og haltu áfram að elda í eina mínútu í viðbót, hrærið oft. Takið af hitanum og bætið við kreistu af ferskum sítrónusafa.

2. Settu síðan spergilkálið í gufukörfu sem sett er yfir pott með sjóðandi vatni. Lokið og eldið þar til það er mjúkt, 2

3 mínútur í burtu. Tæmdu vel og færðu síðan yfir á stórt disk. Skreytið með möndlublöndunni. Njóttu.

Næringarupplýsingar:kcal 350 Fita: 7 g Trefjar: 3 g Prótein: 6 g

Skammtar af shiitake og spínati: 8

Eldunartími: 15 mínútur

Hráefni:

1 ½ bolli shiitake sveppir, saxaðir

1 ½ bolli spínat, saxað

3 hvítlauksrif, söxuð

2 laukar, saxaðir

4 msk. ólífuolía

1 egg

1 ½ bolli kínóa, soðið

1 ½ tsk. ítalskt krydd

1/3 bolli ristað sólblómafræ, möluð

1/3 bolli Pecorino ostur, rifinn

Leiðbeiningar:

1. Hitið ólífuolíuna í potti. Þegar þeir eru heitir, steikið shiitake sveppi í 3 mínútur eða þar til þeir eru léttsteiktir. Bæta við hvítlauk og lauk. Steikið í 2 mínútur eða þar til ilmandi og hálfgagnsær. Setja til hliðar.

2. Hitið afganginn af ólífuolíunni á sömu pönnu. Bæta við spínati. Lækkið hitann, látið malla í 1 mínútu, hellið af og setjið yfir í sigti.

3. Saxið spínatið smátt og bætið út í sveppablönduna. Bætið egginu út í spínatblönduna. Hrærið soðnu kínóa saman við - kryddið með ítölsku kryddi, hrærið síðan þar til það er vel blandað. Stráið sólblómafræjum og osti yfir.

4. Skiptið spínatblöndunni í bökunarbollur—Eldið bökunar innan 5

mínútur eða þar til þær eru stífar og gullnar. Berið fram með hamborgarabrauði.

Næringarupplýsingar:Kaloríur 43 Kolvetni: 9g Fita: 0g Prótein: 3g

Spergilkál Blómkálssala Skammtar: 6

Eldunartími: 20 mínútur

Hráefni:

á móti. Svartur pipar, malaður

3 bollar blómkálsblóm

1 msk. Edikið

1 C. Elskan mín

8 bollar grænkál, saxað

3 bollar spergilkál

4 msk. extra virgin ólífuolía

½ tsk. Salt

1 ½ tsk. Dijon sinnep

1 C. Elskan mín

½ bolli kirsuber, þurrkuð

1/3 bolli pekanhnetur, saxaðar

1 bolli Manchego ostur, rifinn

Leiðbeiningar:

1. Forhitið ofninn í 450°F og setjið ofnplötu á miðgrindina.

2. Eftir það skaltu setja blómkálið og spergilkálið í stóra skál.

3. Við þetta bætið helmingnum af salti, tveimur matskeiðum af olíu og pipar. Blandið vel saman.

4. Færið nú blönduna yfir á forhitaða pönnu og bakið í 12 mínútur, snúið einu sinni á milli.

5. Þegar það er orðið mjúkt og gyllt skaltu taka það úr ofninum og láta það kólna alveg.

6. Á meðan skaltu sameina tvær matskeiðar sem eftir eru af olíu, ediki, hunangi, sinnepi og salti í annarri skál.

7. Penslið þessari blöndu yfir grænkálsblöðin, sendið blöðin með höndunum. Setjið það til hliðar í 3-5 mínútur.

8. Bætið að lokum ristuðu grænmetinu, osti, kirsuberjum og pekanhnetum út í spergilkálið og blómkálssalatið.

<u>Næringarupplýsingar:</u>Hitaeiningar: 259KcalPrótein: 8,4g Kolvetni: 23,2gFita: 16,3g

Kjúklingasalat með kínversku ívafi

Skammtar: 3

Eldunartími: 25 mínútur

Hráefni:

1 meðalstór grænn laukur (þunnt sneið)

2 beinlausar kjúklingabringur

2 matskeiðar af sojasósu

¼ tsk hvítur pipar

1 matskeið sesamolía

4 bollar romaine salat (hakkað)

1 bolli hvítkál (rifinn)

Skerið gulrætur í litla teninga

¼ bolli sneiddar möndlur

¼ bolli núðlur (aðeins í notkun)

Til að undirbúa kínversku dressinguna:

1 hakkað hvítlauksrif

1 teskeið af sojasósu

1 matskeið sesamolía

2 matskeiðar hrísgrjónaedik

1 matskeið af sykri

Leiðbeiningar:

1. Útbúið kínversku dressinguna með því að þeyta öllu hráefninu saman í skál.

2. Marinerið kjúklingabringurnar í skál með hvítlauk, ólífuolíu, sojasósu og hvítum pipar í 20 mínútur.

3. Settu bökunarformið í forhitaðan ofninn (við 225C).

4. Setjið kjúklingabringurnar í bökunarformið og eldið í ofni í tæpar 20 mínútur.

5. Til að setja saman salatið skaltu sameina rómantíska salatið, kálið, gulræturnar og græna laukinn.

6. Til að bera fram skaltu setja kjúklingabita á disk og salat ofan á. Dreypið smá vinaigrette yfir það með núðlunum.

Næringarupplýsingar:Kaloríur 130 Kolvetni: 10g Fita: 6g Prótein: 10g

Skammtar af papriku fylltum með amaranth og kínóa: 4

Eldunartími: 1 klukkustund og 10 mínútur

Hráefni:

2 matskeiðar af amaranth

1 meðalstór kúrbít, snyrtur, rifinn

2 vínviðarþroskaðir tómatar, skornir í teninga

2/3 bolli (um 135g) quinoa

1 laukur, meðalstór, smátt saxaður

2 pressuð hvítlauksrif

1 tsk malað kúmen

2 matskeiðar létt ristuð sólblómafræ 75 g ferskt ricotta

2 matskeiðar rifsber

4 paprikur, stórar, helmingaðar langsum og fræhreinsaðar 2 msk flatblaða steinselja, gróft skorinLeiðbeiningar:

1. Klæðið bökunarplötu, helst stóra, með bökunarpappír (non-stick) og hitið síðan ofninn í 350 F fyrirfram. Fylltu meðalstóran pott með um það bil

hálfum lítra af vatni og bætið síðan amaranth og kínóa saman við; látið suðuna koma upp við vægan hita. Þegar því er lokið skaltu lækka hitann í lágan; lokið á og látið malla þar til kornin verða al dente og vatnið frásogast, í 12 til 15

mínútur. Takið af hitanum og setjið til hliðar.

2. Smyrjið á meðan stóra steikarpönnu létt með olíu og hitið við meðalhita. Þegar hann er orðinn heitur, bætið þá lauknum saman við kúrbítinn og eldið þar til hann er mjúkur, í nokkrar mínútur, hrærið oft. Bæta við kúmeni og hvítlauk; elda eina mínútu. Takið af hitanum og látið kólna.

3. Setjið kornið, laukblönduna, sólblómafræin, rifsber, steinselju, ricotta og tómata í blöndunarskál, helst stóra; blandið hráefninu vel saman þar til það hefur blandast vel saman – kryddið með pipar og salti eftir smekk.

4. Fylltu papriku með tilbúinni kínóablöndu og raðaðu á bakkann og hyldu bakkann með filmu. Bakið í 17 til 20

mínútur. Fjarlægðu álpappír og bakaðu þar til fyllingin er gullinbrún og grænmetið er gaffalmjúkt, 15 til 20 mínútum lengur.

<u>Næringarupplýsingar:</u>kcal 200 Fita: 8,5 g Trefjar: 8 g Prótein: 15 g

Ostskorpuð stökk fiskflök Skammtar: 4

Eldunartími: 10 mínútur

Hráefni:

bolli heilhveiti brauðrasp

bolli af parmesanosti, rifinn

¼ tsk sjávarsalt ¼ tsk malaður pipar

1 msk. 4 tilapia flök í ólífuolíu

Leiðbeiningar:

1. Forhitið ofninn í 375°F.

2. Blandið saman brauðrasp, parmesan, salti, pipar og ólífuolíu í blöndunarskál.

3. Blandið vel saman þar til það hefur blandast vel saman.

4. Húðaðu flök með blöndu og settu hvert á létt sprautaða ofnplötu.

5. Settu plötuna í ofninn.

6. Bakið í 10 mínútur þar til flökin eru soðin og brúnuð.

Næringarupplýsingar:Hitaeiningar: 255 Fita: 7g Prótein: 15,9g Kolvetni: 34g Trefjar: 2,6g

Próteinbaunir og grænar fylltar skeljar

Hráefni:

Alvöru salt eða sjávarsalt

Ólífuolía

12 únsur í pakkningastærð (um 40) 1 pund storknað klofið spínat

2 til 3 hvítlauksrif, afhýdd og skipt

15 til 16 únsur. ricotta cheddar (helst ný/nýmjólk) 2 egg

1 dós hvítar baunir (td cannellini), síaðar og skolaðar

½ C grænt pestó, sérsmíðað eða keypt á staðnum Malaður svartur pipar

3 T (eða meira) marinara sósa

Malaður parmesan eða pecorino cheddar (valfrjálst)Leiðbeiningar:

1. Hitið að minnsta kosti 5 lítra af vatni að suðu í risastórum potti (eða vinnið í tvo smærri kekki). Setjið matskeið af salti, klípa af ólífuolíu og skeljunum með. Sjóðið í um það bil 9 mínútur (eða þar til mjög enn frekar stíft), hrærið í stöku sinnum til að halda skeljunum einangruðum. Leyfðu skeljunum varlega í gegnum sigti eða fjarlægðu þær úr vatninu með opinni skeið. Þvoið fljótt af í köldu vatni. Klæðið bökunarplötu með bökunarfilmu. Þegar skeljarnar eru orðnar nógu köldar til að vinna úr, aðskiljið þær með

höndunum, tæmdu umframvatnið og opnaðu opið í einu lagi á álpappírsílátinu.

2. Komdu með nokkra lítra af vatni (eða notaðu restina af pastavatninu, ef þú ert ekki búinn að tæma það) í kúlu í svipuðum potti. Setjið storknað spínat með og eldið í þrjár mínútur við háan hita, þar til það er meyrt. Klæddu sigið með blautum pappírshandklæðum ef opin eru stór, pípaðu síðan spínatið í gegnum. Settu sigti yfir skál til að sigta meira þegar þú byrjar að fylla.

3. Bætið aðeins hvítlauknum í matvinnsluvél og keyrið þar til hann er smátt saxaður og festist við hliðarnar. Skafa niður hliðar skálarinnar, á þessum tímapunkti eru ricotta, egg, baunir, pestó, 1½

teskeiðar af salti og nokkrum toys af pipar (þung kreista). Kreistu spínatið í hendinni til að tæma vatnið í hringrásinni vel og bætið því síðan við aðrar festingar í matvinnsluvélinni. Keyrðu þar til næstum slétt, með nokkrum litlum bitum af spínati enn áberandi. Ég hallast að því að smakka ekki eftir að hafa bætt við hráa egginu, en ef þér finnst grunnbragð þess vera svolítið og breyta ilm eftir smekk.

4. Forhitaðu grillið í 350 (F) og sturtu eða olíuðu varlega í 9 x 13"

pönnu, ásamt öðru minni gúllaskáli (um 8-10 af skeljunum passa ekki í 9x13). Til að fylla skeljarnar skaltu taka hverja skel á fætur öðrum og halda henni opinni með þumalfingri og vísifingri þeirrar handar sem ekki er ríkjandi. Skolið út 3-4 matskeiðar með því að hlaða með hinni hendinni og skafið ofan í skelina. Flestir þeirra munu ekki líta vel út, sem er gott! Finndu fylltu skeljarnar við hliðina á hvor annarri í tilbúnu ílátinu. Hellið sósunni yfir skeljarnar og skilið eftir ótvíræða bita af grænu skreyti. Dreifið ílátinu til hliðar og undirbúið í 30 mínútur. Hækkið hitann í 375 (F), stráið skeljunum yfir smá maluðum parmesanosti (ef hann er notaður) og hitinn kemur í ljós í 5 til viðbótar

í 10 mínútur þar til cheddar osturinn hefur leyst upp og mikill raki minnkar.

5. Látið kólna í 5-10 mínútur, berið svo fram eitt og sér eða með ferskum disk af blönduðu grænmeti á eftir!

Asískt núðlusalat:

8 aura lengd af léttum heilhveiti pastanúðlum - td spaghetti (notaðu soba núðlur til að búa til glútenfríar núðlur) 24 aura Mann's Broccoli Cole Slaw - 2 x 12 aura pokar 4 aura malaðar gulrætur

1/4 bolli extra virgin ólífuolía

1/4 bolli hrísgrjónaedik

3 matskeiðar nektar - notaðu léttan agave nektar til að gera grænmetisáhugamann

3 matskeiðar slétt smurð

2 msk sojasósa með lágum natríum - glútenlaus ef þarf 1 msk Sriracha piparsósa - eða chili hvítlaukssósa, auk auka eftir smekk

1 msk hakkað ferskt engifer

2 tsk hakkað hvítlaukur - um 4 negull 3/4 bolli ristaðar, ósaltaðar jarðhnetur - venjulega saxaðar 3/4 bolli ferskt kóríander - smátt saxað

Leiðbeiningar:

1. Hitið risastóran pott af söltu vatni að suðu. Eldið núðlurnar þar til þær eru enn aðeins stífar, samkvæmt pakkahausunum. Rásaðu og skolaðu fljótt með köldu vatni til að tæma ofgnótt sterkju og stöðva eldunina, farðu á þessum tíma í risastóra skál. Látið spergilkál og gulrætur fylgja með.

2. Á meðan pastað eldast, þeytið saman ólífuolíu, hrísgrjónaedik, nektar, hnetusmúr, sojasósu, Sriarcha, engifer og hvítlauk. Hellið núðlublöndunni yfir og hrærið til að þétta. Setjið hnetur og kóríander inn í og hrærið aftur. Berið fram kælt eða við stofuhita með auka Sriracha sósu að eigin vali.

3. Athugasemdir um formúluna

4. Asískt núðlusalat má bera fram kalt eða við stofuhita.

Tímaritið er í kælinum í vatnsheldum og loftþéttum haldara í allt að 3 daga.

Skammtar af laxi og grænum baunum: 4

Eldunartími: 26 mínútur

Hráefni:

2 matskeiðar ólífuolía

1 gulur laukur, saxaður

4 laxaflök, beinlaus

1 bolli grænar baunir, snyrtar og helmingaðar

2 hvítlauksrif, söxuð

½ bolli kjúklingasoð

1 tsk chili duft

1 tsk sæt paprika

Örlítið af salti og svörtum pipar

1 matskeið kóríander, saxað

Leiðbeiningar:

1. Hitið pönnu með olíunni yfir meðalhita, bætið lauknum út í, hrærið og steikið í 2 mínútur.

2. Bætið fiskinum út í og steikið í 2 mínútur á hvorri hlið.

3. Bætið restinni af hráefnunum saman við, blandið varlega saman og bakið við 360 gráður F í 20 mínútur.

4. Skiptið öllu á milli diska og berið fram í hádeginu.

Næringarupplýsingar:hitaeiningar 322, fita 18,3, trefjar 2, kolvetni 5,8, prótein 35,7

Ostur fylltur kjúklingur hráefni

2 grænir laukar (lítið saxaðir)

2 jalapeños með fræjum (lauslega skornir)

1/4 tsk. kóríander

1 C. lime krydd

4 únsur. Cheddar Monterey Jack (grófmalaðar) 4 litlar beinlausar roðlausar kjúklingabringur

3 msk. ólífuolía

Salt

Pipar

3 msk. lime safi

2 ringer paprikur (fínt saxaðar)

1/2 lítill rauðlaukur (lítið saxaður)

5 ch. rifið romaine salat

Leiðbeiningar:

1. Hitið grillið í 450°F. Setjið saman græna laukinn og jalapeños, 1/4 bolla kóríander (hakkað) og limeblönduna saman í skál, bætið síðan Monterey Jack cheddarnum við.

2. Settu blaðið ofan í þykkasta hluta hverrar beinlausu, roðlausu kjúklingabringanna og farðu fram og til baka til að búa til 2 1/2 tommu vasa eins breiðan og mögulegt er án þess að prófa. Fylltu kjúklinginn með cheddarblöndunni.

3. Hitið 2 matskeiðar af ólífuolíu í risastórri pönnu yfir meðalhita.

Kryddið kjúklinginn með salti og pipar og eldið þar til hann er dekkri á annarri hliðinni, 3 til 4 mínútur. Snúið kjúklingnum við og grillið þar til hann er eldaður í gegn, 10 til 12 mínútur.

4. Á meðan, í stórri skál, þeytið saman limesafa, 1

matskeið ólífuolía og 1/2 tsk salt. Setjið papriku og rauðlauk inn í og látið standa í 10 mínútur, hrærið af og til. Bætið við rómantísksalati og 1 bolla af nýjum kóríander. Berið fram með kjúklingi og limebátum.

Ruccola með Gorgonzola vínaigrette

Skammtar: 4

Eldunartími: 0 mínútur

Hráefni:

1 búnt af rucola, hreinsað

1 pera, þunnar sneiðar

1 matskeið ferskur sítrónusafi

1 hvítlauksgeiri, pressaður

1/3 bolli Gorgonzola ostur, mulinn

1/4 bolli grænmetissoð, minnkað í natríum

Nýmalaður pipar

4 tsk ólífuolía

1 matskeið eplasafi edik

Leiðbeiningar:

1. Setjið perusneiðarnar og sítrónusafann í skál. Blandið til að hjúpa.

Raðið perusneiðunum, sem og rucola, á disk.

2. Blandið saman edikinu, olíunni, ostinum, seyði, pipar og hvítlauk í skál. Látið standa í 5 mínútur, fjarlægið hvítlaukinn. Bætið vinaigrettunni út í og berið svo fram.

Næringarupplýsingar:Kaloríur 145 Kolvetni: 23g Fita: 4g Prótein: 6g

Hvítkálssúpuskammtar: 6

Eldunartími: 35 mínútur

Hráefni:

1 gulur laukur, saxaður

1 haus af grænkáli, rifið

2 matskeiðar ólífuolía

5 bollar grænmetissoð

1 gulrót, afhýdd og rifin

Örlítið af salti og svörtum pipar

1 matskeið kóríander, saxað

2 tsk timjan, saxað

½ tsk reykt paprika

½ tsk heit paprika

1 matskeið sítrónusafi

Skammtar af blómkálshrísgrjónum: 4

Eldunartími: 10 mínútur

Hráefni:

¼ bolli matarolía

1 msk. kókosolía

1 msk. kókossykur

4 bollar blómkál, brotið niður í blómkál ½ tsk. Salt

Leiðbeiningar:

1. Keyrðu fyrst blómkálið í gegnum matvinnsluvél og blandaðu í 1-2 mínútur.

2. Hitið olíuna á stórri pönnu yfir meðalhita og bætið svo blómkálshrísgrjónunum, kókossykrinum og salti á pönnuna.

3. Blandið vel saman og eldið í 4-5 mínútur eða þar til blómkálið er aðeins mjúkt.

4. Hellið að lokum kókosmjólkinni og smakkið til.

Næringarupplýsingar:Kaloríur 108Kcal Prótein: 27,1g Kolvetni: 11g Fita: 6g

Skammtar af feta frittata og spínati: 4

Eldunartími: 10 mínútur

Hráefni:

½ lítill brúnn laukur

250 g barnaspínat

½ bolli fetaostur

1 msk hvítlauksmauk

4 þeytt egg

kryddblöndu

Salt & pipar eftir smekk

1 matskeið ólífuolía

Leiðbeiningar:

1. Bætið fínsöxuðum lauk út í olíuna og eldið við meðalhita.

2. Bætið spínatinu út í ljósbrúnan laukinn og hrærið í 2 mín.

3. Bætið blöndunni af spínati og köldum lauk út í eggin.

4. Bætið nú við hvítlauksmaukinu, salti og pipar og hrærið í blöndunni.

5. Eldið þessa blöndu við lágan hita og hrærið varlega í eggjunum.

6. Bætið fetaosti við eggin og setjið pönnuna undir þegar forhitað grill.

7. Eldið það í næstum 2-3 mínútur þar til frittatan er gullinbrún.

8. Berið þessa feta frittata fram heita eða kalda.

Næringarupplýsingar:Kaloríur 210 Kolvetni: 5g Fita: 14g Prótein: 21g

Hráefni fyrir eldheitan kjúklingapott límmiða

1 pund malaður kjúklingur

1/2 bolli rifið hvítkál

1 gulrót, afhýdd og rifin

2 hvítlauksrif, pressuð

2 grænir laukar, smátt saxaðir

1 matskeið sojasósa með minni natríum

1 msk hoisin sósa

1 matskeið náttúrulega malað engifer

2 tsk sesamolía

1/4 tsk malaður hvítur pipar

36 wonton umbúðir

2 matskeiðar jurtaolía

FYRIR CHILIOLÍUSÓSU:

1/2 bolli jurtaolía

1/4 bolli þurrkaður rauður chilipipar, mulinn

2 hvítlauksrif, söxuð

Leiðbeiningar:

1. Hitið jurtaolíu í litlum potti yfir miðlungshita. Hrærið í mulinni papriku og hvítlauk, hrærið stundum, þar til olían nær 180 gráður F, um það bil 8 til 10 mínútur; sett á öruggan stað.

2. Blandið saman kjúklingnum, kálinu, gulrótinni, hvítlauknum, grænlauknum, sojasósu, hoisin sósu, engifer, sesamolíu og hvítum pipar í risastóra skál.

3. Til að taka upp dumplings skaltu setja umbúðirnar á vinnuborð.

Slepptu 1 matskeið af kjúklingablöndunni í miðpunkt hvers umbúða. Notaðu fingurinn og nuddaðu brúnir umbúðanna með vatni. Skerið blönduna yfir fyllinguna til að mynda hálft tungl, þrýstið á brúnirnar til að loka.

4. Hitið jurtaolíu í stórri pönnu yfir miðlungshita.

Settu krukkulímmiða með í einu lagi og eldið þar til það er glansandi og kalt, um 2-3 mínútur á hvorri hlið.

5. Berið fram fljótt með heitri olíusósu.

Hvítlauksrækjur með mulið blómkálsskammti:

2

Eldunartími: 15 mínútur

Hráefni:

Til að undirbúa rækjurnar

1 pund af rækjum

2-3 matskeiðar Cajun krydd

Salt

1 msk smjör/ghee

Til að undirbúa blómkálsfræ

2 matskeiðar af ghee

12 aura af blómkáli

1 hvítlauksgeiri

Salt eftir smekk

Leiðbeiningar:

1. Sjóðið blómkál og hvítlauk í 8 aura af vatni við meðalhita þar til það er mjúkt.

2. Blandið mjúku blómkálinu í matvinnsluvélinni saman við ghee. Bætið sjóðandi vatni smám saman við til að fá rétta samkvæmni.

3. Stráið 2 msk Cajun kryddi yfir rækjur og látið marinerast.

4. Taktu 3 matskeiðar af ghee í stórri pönnu og eldaðu rækjurnar við meðalhita.

5. Setjið stóra skeið af blómkálskornum í skál og fyllið með steiktum rækjum.

Næringarupplýsingar:Kaloríur 107 Kolvetni: 1g Fita: 3g Prótein: 20g

Skammtar af brokkolí túnfiski: 1

Eldunartími: 10 mínútur

Hráefni:

1 C. extra virgin ólífuolía

3 únsur. Túnfiskur í vatni, helst ljós og stór, tæmd 1 msk. Hnetur, gróft saxaðar

2 bollar spergilkál, smátt saxað

½ tsk. Sterk sósa

Leiðbeiningar:

1. Byrjið á því að blanda saman spergilkálinu, kryddinu og túnfiskinum í stórri skál þar til það hefur blandast vel saman.

2. Settu síðan grænmetið í örbylgjuofn í ofni í 3 mínútur eða þar til það er meyrt

3. Bætið því næst hnetunum og ólífuolíu í skálina og blandið vel saman.

4. Berið fram og njótið.

Næringarupplýsingar:Kaloríur 259Kcal Prótein: 27,1g Kolvetni: 12,9g Fita: 12,4g

Butternut Squash og rækjusúpu skammtar: 4

Eldunartími: 20 mínútur

Hráefni:

3 matskeiðar ósaltað smjör

1 lítill rauðlaukur, smátt saxaður

1 hvítlauksgeiri, sneiddur

1 teskeið af túrmerik

1 teskeið af salti

¼ tsk nýmalaður svartur pipar

3 bollar grænmetissoð

2 bollar skrældar rækjur, skornar í teninga 1 pund soðnar, afhýddar rækjur, þiðnar ef þarf 1 bolli ósykrað möndlumjólk

¼ bolli sneiddar möndlur (valfrjálst)

2 matskeiðar fínt söxuð fersk flatblaða steinselja 2 teskeiðar rifinn eða saxaður sítrónubörkur

Leiðbeiningar:

1. Leysið smjörið upp við háan hita í stórum potti.

2. Bætið við lauk, hvítlauk, túrmerik, salti og pipar og steikið þar til grænmetið er meyrt og hálfgagnsætt, 5-7 mínútur.

3. Bætið við soði og squash og látið suðuna koma upp.

4. Látið malla innan 5 mínútna.

5. Bætið við rækjum og möndlumjólk og eldið þar til það er heitt, um 2 mínútur.

6. Stráið möndlum (ef þær eru notaðar), steinselju og sítrónuberki yfir og berið fram.

Næringarupplýsingar:Kaloríur 275 Heildarfita: 12g Samtals Kolvetni: 12g Sykur: 3g Trefjar: 2g Prótein: 30g Natríum: 1665mg

Skammtar af gómsætum bökuðum kalkúnakúlum: 6

Eldunartími: 30 mínútur

Hráefni:

1 pund malaður kalkúnn

½ bolli ferskur, hvítur eða heilhveiti brauðrasp ½ bolli parmesanostur, nýrifinn

½ msk. basil, nýsöxuð

½ msk. oregano, nýsaxað

1 stórt hrært egg

1 msk. steinselja, nýsöxuð

3 matskeiðar af mjólk eða vatni

Smá salti og pipar

Örlítið af nýrifnum múskat

Leiðbeiningar:

1. Forhitaðu ofninn þinn í 350°F.

2. Klæðið tvær bökunarplötur með bökunarpappír.

3. Blandið öllu hráefninu saman í stóra blöndunarskál.

4. Mótið 1 tommu kúlur úr blöndunni og setjið hverja kúlu í bökunarformið.

5. Setjið pönnuna inn í ofn.

6. Bakið í 30 mínútur, eða þar til kalkúnn er eldaður í gegn og yfirborðið brúnt.

7. Snúið kjötbollunum einu sinni við hálfa eldun.

Næringarupplýsingar:Hitaeiningar: 517 CalGres: 17,2 g Prótein: 38,7 g Kolvetni: 52,7 g Trefjar: 1 g

Létt samlokukæfa skammtar: 4

Eldunartími: 15 mínútur

Hráefni:

2 matskeiðar ósaltað smjör

2 meðalstórar gulrætur, skornar í ½ tommu bita

2 sellerístilkar, þunnar sneiðar

1 lítill rauðlaukur, skorinn í ¼ tommu teninga

2 hvítlauksrif, skorin í sneiðar

2 bollar af grænmetissoði

1 flaska (8 aura) samlokusafi

1 dós 10 oz samloka

½ tsk þurrkað timjan

½ teskeið af salti

¼ tsk nýmalaður svartur pipar

Leiðbeiningar:

1. Leysið smjörið upp í stórum potti við háan hita.

2. Bætið við gulrótum, sellerí, lauk og hvítlauk og steikið þar til það er aðeins mjúkt í 2-3 mínútur.

3. Bætið við seyði og samlokusafa og látið suðuna koma upp.

4. Látið suðuna koma upp og eldið þar til gulræturnar eru mjúkar, 3 til 5 mínútur.

5. Hrærið samlokunum og safa þeirra, timjan, salti og pipar út í, hitið í gegnum í 2 til 3 mínútur og berið fram.

Næringarupplýsingar:Kaloríur 156 Heildarfita: 7g Samtals Kolvetni: 7g Sykur: 3g Trefjar: 1g Prótein: 14g Natríum: 981mg

Skammtar af hrísgrjónum og kjúklingi í potti: 4

Eldunartími: 25 mínútur

Hráefni:

1 pund beinlausar, roðlausar kjúklingabringur á lausu færi ¼ bolli hýðishrísgrjón

lb sveppir að eigin vali, skornir í sneiðar

1 blaðlaukur, saxaður

¼ bolli möndlur, saxaðar

1 bolli af vatni

1 msk. ólífuolía

1 bolli grænar baunir

½ bolli eplaedik

2 msk. hveiti

1 bolli mjólk, lítil fitu

¼ bolli parmesanostur, nýrifinn

¼ bolli sýrður rjómi

Örlítið af sjávarsalti, bætið við ef þarf

malaður svartur pipar, eftir smekk

Leiðbeiningar:

1. Hellið hýðishrísgrjónunum í pott. Bætið vatni við. Lokið og látið suðuna koma upp. Lækkið hitann og látið malla í 30 mínútur eða þar til hrísgrjónin eru soðin.

2. Á meðan, á pönnu, bætið kjúklingabringunum út í og hellið aðeins nægu vatni út í til að það hylji – kryddið með salti. Látið suðuna koma upp, lækkið síðan hitann og látið malla í 10 mínútur.

3. Rífið kjúklinginn í sundur. Setja til hliðar.

4. Hitið ólífuolíuna. Eldið blaðlaukinn þar til hann er mjúkur. Bætið sveppunum út í.

5. Hellið eplaediki út í blönduna. Steikið blönduna þar til edikið hefur gufað upp. Bætið hveiti og mjólk á pönnu.

Stráið parmesan yfir og bætið sýrðum rjóma út í. Kryddið með svörtum pipar.

6. Hitið ofninn í 350 gráður F. Smyrjið eldfast mót létt með olíu.

7. Dreifið soðnum hrísgrjónum á pönnuna, síðan rifnum kjúklingi og grænu baunum ofan á. Bætið við sveppum og blaðlaukssósu.

Setjið möndlur á það.

8. Bakið innan 20 mínútna eða þar til gullbrúnt. Látið kólna áður en það er borið fram.

Næringarupplýsingar:Kaloríur 401 Kolvetni: 54g Fita: 12g Prótein: 20g

Steiktar rækjur Jambalaya Skammtar: 4

Eldunartími: 30 mínútur

Hráefni:

10oz. meðalstór rækja, afhýdd

bolli sellerí, hakkað ½ bolli laukur, saxað

1 msk. olía eða smjör ¼ tsk hvítlaukur, saxaður

teskeið lauksalt eða sjávarsalt

bolli tómatsósa ½ tsk reykt paprika

½ tsk Worcestershire sósa

bolli gulrætur, saxaðar

1 bolli kjúklingapylsa, forsoðin og sneidd 2 bollar linsubaunir, lögð í bleyti yfir nótt og forsoðin 2 bollar okra, saxað

Örlítil mulin rauð paprika og rifinn svartur pipar Parmesanostur til skrauts (valfrjálst)<u>Leiðbeiningar:</u>

1. Steikið rækjur, sellerí og lauk með olíu á pönnu við meðalháan hita í fimm mínútur, eða þar til rækjurnar verða bleikar.

2. Bætið restinni af hráefninu út í og steikið í 10

mínútur, eða þar til grænmetið er meyrt.

3. Til að bera fram skaltu skipta jambalaya blöndunni jafnt á milli fjögurra skála.

4. Skreytið með pipar og osti, ef vill.

Næringarupplýsingar:Hitaeiningar: 529 Fita: 17,6 g Prótein: 26,4 g Kolvetni: 98,4 g Trefjar: 32,3 g

Kjúklingur Chili skammtar: 6

Eldunartími: 1 klst

Hráefni:

1 gulur laukur, saxaður

2 matskeiðar ólífuolía

2 hvítlauksrif, söxuð

1 pund kjúklingabringa, roðlaus, úrbeinuð og skorin í teninga 1 græn paprika, saxuð

2 bollar af kjúklingasoði

1 matskeið kakóduft

2 matskeiðar chiliduft

1 tsk reykt paprika

1 bolli niðursoðnir tómatar, saxaðir

1 matskeið kóríander, saxað

Örlítið af salti og svörtum pipar

Leiðbeiningar:

1. Hitið pönnu með olíunni yfir meðalhita, bætið lauknum og hvítlauknum út í og steikið í 5 mínútur.

2. Bætið kjötinu út í og steikið í 5 mínútur í viðbót.

3. Bætið restinni af hráefnunum saman við, blandið saman, eldið við meðalhita í 40 mínútur.

4. Skiptið chili í skálar og berið fram í hádeginu.

Næringarupplýsingar:hitaeiningar 300, fita 2, trefjar 10, kolvetni 15, prótein 11

Skammtar af hvítlauks- og linsubaunasúpu: 4

Eldunartími: 15 mínútur

Hráefni:

2 matskeiðar extra virgin ólífuolía

2 meðalstórar gulrætur, þunnar sneiðar

1 lítill hvítur laukur, skorinn í ¼ tommu teninga

2 hvítlauksgeirar, þunnar sneiðar

1 tsk malaður kanill

1 teskeið af salti

¼ tsk nýmalaður svartur pipar

3 bollar grænmetissoð

1 dós (15 aura) linsubaunir, tæmdar og skolaðar 1 matskeið hakkað eða rifið appelsínubörkur

¼ bolli saxaðar valhnetur (valfrjálst)

2 matskeiðar fínt söxuð fersk flatblaða steinseljaLeiðbeiningar:

1. Hitið olíuna við háan hita í stórum potti.

2. Bætið við gulrótum, lauk og hvítlauk og steikið þar til það er mjúkt, 5-7 mínútur.

3. Bætið við kanil, salti og pipar og hrærið til að hjúpa grænmetið, 1-2 mínútur jafnt.

4. Setjið soðið og sjóðið. Látið suðuna koma upp, bætið síðan linsubaunum út í og eldið í 1 mínútu.

5. Hrærið appelsínuberki saman við og berið fram, stráð með valhnetum (ef þú notar) og steinselju.

Næringarupplýsingar:Hitaeiningar 201 Heildarfita: 8g Samtals kolvetni: 22g Sykur: 4g Trefjar: 8g Prótein: 11g Natríum: 1178mg

Kúrbít Kúrbít og kjúklingur í klassískum Santa Fe hræringarsteikingu

Skammtar: 2

Eldunartími: 15 mínútur

Hráefni:

1 msk. ólífuolía

2 kjúklingabringur, sneiddar

1 laukur, lítill, sneiddur

2 hvítlauksgeirar, saxaðir 1 stykki kúrbít, saxaðir ½ bolli gulrætur, rifnar

1 tsk reykt paprika 1 tsk malað kúmen

½ tsk chili duft

2 msk. ferskur lime safi

bolli kóríander, nýsaxað

Brún hrísgrjón eða kínóa, rétt áður en borið er fram

Leiðbeiningar:

1. Steikið kjúklinginn með ólífuolíu í um 3 mínútur þar til kjúklingurinn er brúnn. Setja til hliðar.

2. Notaðu sömu wokið og bætið lauknum og hvítlauknum út í.

3. Eldið þar til laukurinn er mjúkur.

4. Bætið við gulrótum og kúrbít.

5. Hrærið í blöndunni og haltu áfram að elda í um það bil eina mínútu.

6. Bætið öllu kryddinu við blönduna og hrærið til að elda í eina mínútu í viðbót.

7. Setjið kjúklinginn aftur í wokið og hellið limesafanum út í.

8. Hrærið til að elda þar til það er eldað í gegn.

9. Til að bera fram, setjið blönduna yfir hrísgrjón eða soðið kínóa og skreytið með nýsöxuðum kóríander.

<u>Næringarupplýsingar:</u>Hitaeiningar: 191 Fita: 5,3 g Prótein: 11,9 g Kolvetni: 26,3 g Trefjar: 2,5 g

Tilapia Tacos með frábærri sesam engifersveitu

Skammtar: 4

Eldunartími: 5 klst

Hráefni:

1 tsk ferskt engifer, rifið

Salt og nýmalaður svartur pipar eftir smekk 1 tsk stevía

1 matskeið af sojasósu

1 matskeið ólífuolía

1 matskeið sítrónusafi

1 matskeið hrein jógúrt

1½ pund tilapia flök

1 bolli hrásalatblanda

Leiðbeiningar:

1. Kveiktu á instant pottinum, bætið öllu hráefninu í hann nema tilapia flökin og kálsalatblönduna og hrærið þar til það hefur blandast vel saman.

2. Bætið síðan flökum saman við, hrærið þar til þau eru vel húðuð, lokaðu með loki, ýttu á

„slow cooking" hnappinn og eldið í 5 klukkustundir, snúið flökunum hálfa leið í eldun.

3. Þegar búið er að setja flökin yfir í fat og látið kólna alveg.

4. Til að undirbúa máltíð, skiptið hrásalatiblöndunni á milli fjögur loftþétt ílát, bætið tilapia og kælið í allt að þrjá daga.

5. Þegar það er tilbúið til að borða, hitið tilapia aftur í örbylgjuofni þar til það er orðið heitt, berið svo fram með hrásalati.

Næringarupplýsingar:Kaloríur 278, heildarfita 7,4 g, heildarkolvetni 18,6 g, prótein 35,9 g, sykur 1,2 g, trefjar 8,2 g, natríum 194 mg

Linsukarrýplokkfiskar: 4

Eldunartími: 15 mínútur

Hráefni:

1 matskeið ólífuolía

1 laukur, saxaður

2 hvítlauksrif, söxuð

1 msk lífrænt karrýkrydd

4 bollar lítið natríum lífrænt grænmetissoð 1 bolli rauðar linsubaunir

2 bollar butternut squash, soðið

1 bolli grænkál

1 teskeið af túrmerik

Sjávarsalt eftir smekk

Leiðbeiningar:

1. Steikið ólífuolíuna með lauknum og hvítlauknum í stórum potti við meðalhita, bætið við. Brúnið í 3 mínútur.

2. Bætið við lífrænu karrýkryddi, grænmetiskrafti og linsubaunir og látið suðuna koma upp. Eldið í 10 mínútur.

3. Hrærið soðnu butternut-squash og grænkáli saman við.

4. Bætið við túrmerik og sjávarsalti eftir smekk.

5. Berið fram heitt.

Næringarupplýsingar:Heildarkolvetni 41g Matartrefjar: 13g Prótein: 16g Heildarfita: 4g Hitaeiningar: 252

Grænkál Caesar salat með grilluðum kjúklingapappír: 2

Eldunartími: 20 mínútur

Hráefni:

6 bollar grænkál, skorið í litla bita ½ soðið egg; eldað

8 aura grillaður kjúklingur, þunnt sneið

½ tsk Dijon sinnep

¾ bolli parmesanostur, fínt rifinn

malaður svartur pipar

kosher salt

1 hvítlauksgeiri, saxaður

1 bolli kirsuberjatómatar, skornir í fjórða

1/8 bolli sítrónusafi, nýkreistur

2 stórar tortillur eða tvær Lavash flatkökur

1 tsk agave eða hunang

1/8 bolli ólífuolía

Leiðbeiningar:

1. Blandið helmingnum af pottaegginu saman við sinnepið, hakkað hvítlauk, hunang, ólífuolíu og sítrónusafa í stórri blöndunarskál. Þeytið þar til þú færð slétta vínaigrette. Kryddið með pipar og salti eftir smekk.

2. Bætið við kirsuberjatómötum, kjúklingi og grænkáli; Hrærið varlega þar til það er vel húðað með dressingu, bætið síðan við ¼ bolla af parmesan.

3. Dreifið flatkökunum og dreifið tilbúnu salatinu jafnt á umbúðirnar; stráið hverri um ¼ bolla af parmesan yfir.

4. Rúllaðu umbúðir og skerðu í tvennt. Berið fram strax og njótið.

Næringarupplýsingar:kcal 511 Fita: 29 g Trefjar: 2,8 g Prótein: 50 g

Skammtar af spínatbaunasalati: 1

Eldunartími: 5 mínútur

Hráefni:

1 bolli ferskt spínat

¼ bolli niðursoðnar svartar baunir

½ bolli niðursoðnar kjúklingabaunir

½ bolli cremini sveppir

2 matskeiðar lífræn balsamic vinaigrette 1 matskeið ólífuolía

Leiðbeiningar:

1. Eldið cremini sveppina með ólífuolíunni við vægan til meðalhita í 5 mínútur, þar til þeir eru léttbrúnir.

2. Setjið salatið saman með því að setja fersku spínatið á disk og skreytið það með baunum, sveppum og balsamikvínaigrette.

Næringarupplýsingar:Heildarkolvetni 26 g Fæðutrefjar: 8 g Prótein: 9 g Heildarfita: 15 g Hitaeiningar: 274

Valhnetu- og rósmarínskorpu lax Skammtar: 6

Eldunartími: 20 mínútur

Hráefni:

1 hakkað hvítlauksrif

1 matskeið Dijon sinnep

¼ matskeið sítrónubörkur

1 matskeið sítrónusafi

1 matskeið ferskt rósmarín

1/2 matskeið af hunangi

Ólífuolía

fersk steinselja

3 matskeiðar saxaðar valhnetur

1 pund roðlaus lax

1 matskeið mulin fersk rauð paprika

Salt pipar

Sítrónubátar til skrauts

3 matskeiðar panko brauðrasp

1 matskeið extra virgin ólífuolía

Leiðbeiningar:

1. Leggið bökunarplötuna í ofninn og hitið í 240C.

2. Blandið sinnepsmaukinu, hvítlauknum, salti, ólífuolíu, hunangi, sítrónusafa, mulinni rauðum pipar, rósmaríni, gröftahunangi saman í skál.

3. Blandið saman panko, hnetum og olíu og dreifið þunnri fisksneið á bökunarplötuna. Sprautaðu líka ólífuolíu á báðar hliðar fisksins.

4. Setjið hnetublönduna á laxinn með sinnepsblöndunni ofan á.

5. Eldið laxinn í tæpar 12 mínútur. Skreytið með ferskri steinselju og sítrónubátum og berið fram heitt.

Næringarupplýsingar:Kaloríur 227 Kolvetni: 0g Fita: 12g Prótein: 29g

Bakaðar sætar kartöflur með rauðri tahinisósu

Skammtar: 4

Eldunartími: 30 mínútur

Hráefni:

15 aura niðursoðnar kjúklingabaunir

4 meðalstórar sætar kartöflur

½ matskeið af ólífuolíu

1 klípa af salti

1 msk lime safi

1/2 msk kúmen, kóríander og paprikuduft Fyrir hvítlauks- og kryddjurtasósuna

¼ bolli tahinisósa

½ msk lime safi

3 hvítlauksrif

Salt eftir smekk

Leiðbeiningar:

1. Hitið ofninn í 204°C. Blandið kjúklingabaununum saman við salti, kryddi og ólífuolíu. Dreifið þeim á álpappírinn.

2. Penslið sætar kartöflubátar með olíu og setjið yfir marineraðar baunir og bakið.

3. Fyrir sósuna, blandið öllum festingunum saman í skál. Bætið smá vatni út í, en hafðu það þykkt.

4. Taktu sætu kartöflurnar úr ofninum eftir 25 mínútur.

5. Toppið þetta kjúklingabaunasalat með bökuðum sætum kartöflum með bragðmikilli hvítlaukssósu.

Næringarupplýsingar:Kaloríur 90 Kolvetni: 20g Fita: 0g Prótein: 2g

Ítalska sumarsquash súpuskammtarnir: 4

Eldunartími: 15 mínútur

Hráefni:

3 matskeiðar extra virgin ólífuolía

1 lítill rauðlaukur, þunnt skorinn

1 hvítlauksgeiri, saxaður

1 bolli rifinn kúrbít

1 bolli rifinn gulur leiðsögn

½ bolli rifnar gulrætur

3 bollar grænmetissoð

1 teskeið af salti

2 matskeiðar fínt söxuð fersk basilíka

1 msk fínt saxaður ferskur graslaukur

2 matskeiðar af furuhnetum

Leiðbeiningar:

1. Hitið olíuna við háan hita í stórum potti.

2. Bætið við lauk og hvítlauk og steikið þar til það er mjúkt, 5-7 mínútur.

3. Bætið kúrbít, gulum leiðsögn og gulrót út í og steikið þar til það er mjúkt, 1-2 mínútur.

4. Bætið við soði og salti og látið suðuna koma upp. Látið malla í 1-2 mínútur.

5. Hrærið basilíku og graslauk út í og berið fram, furuhnetum stráð yfir.

Næringarupplýsingar:Hitaeiningar 172 Heildarfita: 15g Samtals Kolvetni: 6g Sykur: 3g Trefjar: 2g Prótein: 5g Natríum: 1170mg

Skammtar af saffran og laxasúpu: 4

Eldunartími: 20 mínútur

Hráefni:

¼ bolli extra virgin ólífuolía

2 blaðlaukur, aðeins hvítir hlutar, þunnar sneiðar

2 meðalstórar gulrætur, þunnar sneiðar

2 hvítlauksgeirar, þunnar sneiðar

4 bollar grænmetissoð

1 pund roðlaust laxflök, skorið í 1 tommu bita 1 tsk salt

¼ tsk nýmalaður svartur pipar

¼ tsk saffranþræðir

2 bollar barnaspínat

½ bolli þurrt hvítvín

2 matskeiðar saxaður grænn laukur, hvítir og grænir hlutar 2 matskeiðar fínt söxuð fersk flatblaða steinseljaLeiðbeiningar:

1. Hitið olíuna við háan hita í stórum potti.

2. Bætið við blaðlauk, gulrótum og hvítlauk og steikið þar til það er mjúkt, 5-7 mínútur.

3. Setjið soðið og sjóðið.

4. Látið suðuna koma upp og bætið við laxi, salti, pipar og saffran. Eldið þar til laxinn er eldaður í gegn, um 8 mínútur.

5. Bætið spínati, víni, grænum lauk og steinselju út í og eldið þar til spínat er visnað, 1-2 mínútur, og berið fram.

Næringarupplýsingar:Hitaeiningar 418 Heildarfita: 26g Samtals Kolvetni: 13g Sykur: 4g Trefjar: 2g Prótein: 29g Natríum: 1455mg

Súrsæt og súrsæt rækju- og sveppasúpa með taílensku bragði

Skammtar: 6

Eldunartími: 38 mínútur

Hráefni:

3 matskeiðar ósaltað smjör

1 pund rækja, afhýdd og afveguð

2 tsk hakkaður hvítlaukur

1 tommu engiferrót, afhýdd

1 meðalstór laukur, skorinn í bita

1 rauður tælenskur chilli, saxaður

1 stilkur sítrónugras

½ tsk ferskur limebörkur

Salt og nýmalaður svartur pipar, eftir smekk 5 bollar kjúklingasoð

1 matskeið kókosolía

½ lb cremini sveppir, skornir í fjórða

1 lítill grænn kúrbít

2 matskeiðar ferskur lime safi

2 matskeiðar af fiskisósu

¼ búnt ferskt taílensk basil, saxað

¼ búnt ferskt kóríander, saxað

Leiðbeiningar:

1. Taktu stóran pott, settu hann yfir meðalhita, bætið smjörinu út í og þegar það bráðnar, bætið við rækjum, hvítlauk, engifer, lauk, chilipipar, sítrónugrasi og limebörk, kryddið með salti og svörtum pipar og steikið í 3 mínútur .

2. Hellið seyði út í, látið malla í 30 mínútur og sigtið síðan.

3. Takið stóra pönnu yfir meðalhita, bætið olíunni út í og þegar það er heitt bætið við sveppunum og kúrbítnum, kryddið meira með salti og svörtum pipar og eldið í 3 mínútur.

4. Bætið rækjublöndunni á pönnuna, látið malla í 2 mínútur, dreypið limesafa og fiskisósu yfir og látið malla í 1 mínútu.

5. Smakkið til til að stilla kryddið, takið síðan pönnuna af hellunni, skreytið með kóríander og basil og berið fram.

Næringarupplýsingar:Kaloríur 223, heildarfita 10,2g, heildarkolvetni 8,7g, prótein 23g, sykur 3,6g, natríum 1128mg

Sólþurrkaðir tómatar Orzo hráefni:

1 pund beinlausar, roðlausar kjúklingabringur, skornar í 3/4 tommu bita

1 msk + 1 msk ólífuolía

Salt og malaður svartur pipar

2 hvítlauksrif, söxuð

1/4 bolli (8 oz) þurrt orzo pasta

2 3/4 bollar natríumsnautt kjúklingasoð, fjölbreyttara á þessu stigi (ekki nota venjulegan safa, hann verður of saltur) 1/3 bolli olíufylltir sólþurrkaðir tómatar af kryddjurtum (u.þ.b. 12 hlutar. Hristið einn hluta af mikilli olíu), smátt saxað í matvinnsluvél

1/2 - 3/4 bolli fínt rifinn cheddar parmesanostur, eftir smekk 1/3 bolli stökk söxuð basilíka

Leiðbeiningar:

1. Hitið 1 matskeið af ólífuolíu á pönnu við meðalháan hita.

2. Þegar kjúklingurinn er gljáandi, bætið við kjúklingnum, kryddið varlega með salti og pipar og eldið þar til hann er gljáandi, um það bil 3 mínútur á þessum tíma, snúið við hliðum á hvolfi og eldið þar til liturinn er glansandi og eldaður í gegn, um það bil 3 mínútur. Færðu kjúklinginn á diskinn, hyldu með filmu til að halda hita.

3. Bætið 1 tsk ólífuolíu við til að steikja réttinn á þessum tímapunkti, látið hvítlaukinn fylgja með og steikið í 20 sekúndur, eða þar til það er aðeins glansandi, hellið síðan kjúklingasósunni út í á meðan þið skafa soðna bita af botninum á pönnunni.

4. Hitið seyði að suðumarki á þessum tímapunkti, þar á meðal orzo núðlur, minnkið hitann niður í meðalstóra pönnu með loki og leyfið að kúla varlega í 5 mínútur á þessum tímapunkti, afhjúpið, hrærið og haldið áfram að kúla þar til orzoið er mjúkt, um það bil 5 mínútur lengur, hrærið af og til (ekki stressa sig ef það er enn smá safi eftir, það gefur því smá áræðni).

5. Þegar pastað er soðið skaltu henda kjúklingnum í orzo og taka af hitanum. Setjið cheddar parmesan með og blandið þar til hann er uppleystur, á þessum tímapunkti bætið við sólþurrkuðu tómötunum, basil og kryddið

með pipar (þú ættir ekki að þurfa salt en bættu smá við ef þú heldur að hann þurfi það).

6. Bættu við meiri safa til að þynna hvenær sem þú vilt (þar sem pastað situr mun það draga í sig mikinn vökva og ég naut þess með ofgnótt, svo ég bætti við meira). Berið fram heitt.

Skammtar af sveppa- og rauðrófusúpu: 4

Eldunartími: 40 mínútur

Hráefni:

2 matskeiðar ólífuolía

1 gulur laukur, saxaður

2 rófur, afhýddar og skornar í stóra teninga

1 pund hvítir sveppir, skornir í sneiðar

2 hvítlauksrif, söxuð

1 matskeið af tómatpúrru

5 bollar grænmetissoð

1 matskeið steinselja, söxuð

Leiðbeiningar:

1. Hitið pönnu með olíunni yfir meðalhita, bætið lauknum og hvítlauknum út í og steikið í 5 mínútur.

2. Bætið við sveppum, hrærið og steikið í 5 mínútur í viðbót.

3. Bætið rófunum og öðru hráefni út í, látið suðuna koma upp og eldið við meðalhita í 30 mínútur í viðbót, hrærið af og til.

4. Hellið súpunni í skálar og berið fram.

Næringarupplýsingar:hitaeiningar 300, fita 5, trefjar 9, kolvetni 8, prótein 7

Kjúklingaparmesan Kjötbollur Innihald:

2 pund malaður kjúklingur

3/4 bolli glútenlaus panko panko brauðrasp dugar 1/4 bolli fínt saxaður laukur

2 matskeiðar saxuð steinselja

2 söxuð hvítlauksrif

samsetning 1 lítill sítrónu um 1 tsk 2 egg

3/4 bolli Pecorino Romano eða eyðilagður parmesan cheddar 1 tsk alvöru salt

1/2 tsk stökkur malaður svartur pipar

1 lítri fimm mínútna marinara sósa

4 til 6 aura af mozzarella, skorið í litla bita

Leiðbeiningar:

1. Forhitið eldavélina í 400 gráður, setjið grindina í efri þriðjung grillsins. Blandið öllu saman í stórri skál nema marinara og mozzarella. Blandið varlega með höndunum eða stórri skeið. Skolið og mótið litlar kjötbollur og setjið á álpappírsklædda pönnu. Settu kjötbollurnar við hliðina á annarri á

plötunni svo þær festist saman. Setjið um hálfa matskeið af sósu yfir hverja kjötbollu. Hitið í 15 mínútur.

2. Takið kjötbollurnar af hellunni og aukið grillhitann til að elda þær. Setjið hálfa matskeið til viðbótar af sósu yfir hverja kjötbollu og toppið með litlum ferningi af mozzarella. (Ég skar ljósu sneiðarnar í um það bil 1" ferninga bita.) Steikið í 3 mínútur til viðbótar, þar til cheddarinn er mýktur og verður gljáandi. Komdu með viðbótarsósu. Njóttu!

Alla Parmigiana Kjötbollur Innihald:

Fyrir kjötbollurnar

1,5 lbs malaður hamborgari (80/20)

2 matskeiðar stökk steinselja, söxuð

3/4 bolli malaður cheddar parmesan

1/2 bolli möndlumjöl

2 egg

1 teskeið af salti

1/4 tsk malaður svartur pipar

1/4 tsk hvítlauksduft

1 tsk þurrkaðir laukdropar

1/4 tsk þurrkað oregano

1/2 bolli volgt vatn

Fyrir parmesan

1 bolli einföld keto marinara sósa (eða hvaða sykurlausa marinara sem er á staðnum)

4 aura af cheddar mozzarella

Leiðbeiningar:

1. Blandið öllum kjötbollunum saman í stóra skál og blandið vel saman.

2. Búðu til fimmtán 2" kúlur.

3. Bakið við 350 gráður (F) í 20 mínútur EÐA steikið á risastórri pönnu við meðalhita þar til það er eldað í gegn. Ásaráð - reyndu að steikja í beikonolíu ef þú átt hana - þetta felur í sér annað bragðstig. Fricasseeing framleiðir ljómandi dökka litaskuggann sem sést á myndunum hér að ofan.

4. Fyrir Parmigiana:

5. Setjið soðnu kjötbollurnar í eldfast mót.

6. Setjið um 1 matskeið af sósu yfir hverja kjötbollu.

7. Dreifið hverri með um 1/4 oz af cheddar mozzarella.

8. Bakið við 350 gráður (F) í 20 mínútur (40 mínútur ef kjötbollur hafa storknað) eða þar til cheddarosturinn er orðinn gljáandi.

9. Skreyttu með nýrri steinselju hvenær sem þú vilt.

Diskur af kalkúnabringum með gullnu grænmeti

Skammtar: 4

Eldunartími: 45 mínútur

Hráefni:

2 matskeiðar ósaltað smjör, við stofuhita 1 meðalstór eikjugrös, fræhreinsuð og þunnar sneiðar 2 stórar gullrófur, skrældar og þunnar sneiðar ½ meðalgulur laukur, þunnar sneiðar

½ beinlaus kalkúnabringa með húð (1 til 2 pund) 2 matskeiðar hunang

1 teskeið af salti

1 teskeið af túrmerik

¼ tsk nýmalaður svartur pipar

1 bolli kjúklingasoð eða grænmetissoð

Leiðbeiningar:

1. Forhitið ofninn í 400°F. Smyrjið bökunarplötuna með smjörinu.

2. Raðið squash, rauðrófum og lauk í einu lagi á bökunarplötuna. Settu kalkúninn með skinnhliðinni upp. Dreypið hunangi yfir.

Kryddið með salti, túrmerik og pipar og bætið soðinu út í.

3. Steikið þar til kalkúnn mælist 165°F í miðjunni með skyndilesandi hitamæli, 35 til 45 mínútur. Takið út og látið standa í 5 mínútur.

4. Skerið niður og berið fram.

Næringarupplýsingar:Hitaeiningar 383 Heildarfita: 15g Samtals kolvetni: 25g Sykur: 13g Trefjar: 3g Prótein: 37g Natríum: 748mg

Grænt karrý með kókos og soðnum hrísgrjónum Skammtar: 8

Eldunartími: 20 mínútur

Hráefni:

2 matskeiðar ólífuolía

12 aura af tofu

2 miðlungs sætar kartöflur (hægeldaðar)

Salt eftir smekk

314 aura af kókosmjólk

4 matskeiðar grænt karrýmauk

3 bollar spergilkál

Leiðbeiningar:

1. Fjarlægðu umframvatn úr tófúinu og steiktu við meðalhita. Saltið og steikið í 12 mínútur.

2. Eldið kókosmjólkina, græna karrýmaukið og sætu kartöfluna við meðalhita og látið malla í 5 mínútur.

3. Bætið nú spergilkálinu og tófúinu út í og eldið í tæpar 5 mínútur þar til liturinn á spergilkálinu breytist.

4. Berið þetta kókos og græna karrý fram með handfylli af soðnum hrísgrjónum og nóg af rúsínum á.

<u>Næringarupplýsingar:</u>Kaloríur 170 Kolvetni: 34g Fita: 2g Prótein: 3g

Sætar kartöflu- og kjúklingasúpa með linsubaunir Skammtar: 6

Eldunartími: 35 mínútur

Hráefni:

10 stilkar af sellerí

1 hús eða steiktur kjúklingur

2 miðlungs sætar kartöflur

5 aura af frönskum linsum

2 matskeiðar ferskur lime safi

½ bitastór haus af escarole

6 söxuð hvítlauksrif

½ bolli dill (fínt saxað)

1 matskeið kosher salt

2 matskeiðar extra virgin ólífuolía

Leiðbeiningar:

1. Bætið salti, kjúklingaskrokki, linsubaunir og sætum kartöflum saman við 8 aura af vatni og látið sjóða við háan hita.

2. Eldið þessa hluti nánast í 10-12 mínútur og fjarlægið alla froðu sem myndast á þeim.

3. Eldið hvítlaukinn og selleríið í olíunni í tæpar 10 mínútur þar til það er meyrt

& ljósbrúnt, bætið svo rifnum kjúklingi út í.

4. Bætið þessari blöndu við escarolesúpuna og hrærið stöðugt í 5

mínútur yfir meðalhita.

5. Bætið sítrónusafa út í og hrærið dilli saman við. Berið fram heitu súpuna kryddaða með salti.

Næringarupplýsingar:Kaloríur 310 Kolvetni: 45g Fita: 11g Prótein: 13g

www.ingramcontent.com/pod-product-compliance
Lightning Source LLC
Chambersburg PA
CBHW071432080526
44587CB00014B/1816